The Entrepreneur with Purpose: Building a Business in Harmony with Your Spirit
లక్ష్యం ఉన్న వ్యాపారవేత్త: మీ ఆత్మతో సామరస్యంలో వ్యాపారాన్ని నిర్మించడం

Tanya

Copyright © [2023]

Author: Tanya

Title: The Entrepreneur with Purpose: Building a Business in Harmony with Your Spirit

All rights reserved. No part of this publication may be reproduced or transmitted in any form or by any means, electronic or mechanical, including photocopying, recording, or any information storage and retrieval system, without prior written permission from the author.

This book is a self-published work by the author Tanya

ISBN:

TABLE OF CONTENTS

Chapter 1: The Awakening Entrepreneur   11

- Introduction to the concept of the "entrepreneur with purpose."
- The importance of aligning your business with your personal values and passions.
- Identifying your unique talents and gifts.
- Exploring the benefits of purpose-driven entrepreneurship.
- Defining your "why" and clarifying your purpose.

Chapter 2: Building a Foundation of Purpose   21

- Developing a clear vision and mission for your business.
- Identifying your target audience and understanding their needs.
- Creating a business model that aligns with your purpose.
- Establishing core values and ethical principles for your business.
- Building a team of like-minded individuals who share your purpose.

Chapter 3: Cultivating Inner Harmony   31

- The importance of self-awareness and mindfulness for entrepreneurs.
- Managing stress and maintaining emotional well-being.
- Practicing self-care and prioritising personal growth.
- Cultivating a positive mindset and focusing on gratitude.
- Finding balance between work and personal life.

Chapter 4: Leading with Purpose   41

- Inspiring and motivating your team with your vision.
- Building a positive and supportive work environment.
- Empowering your team and fostering collaboration.
- Communicating effectively and transparently.
- Leading with authenticity and integrity.

Chapter 5: Balancing Purpose and Profit   52

- Achieving financial sustainability for your business.
- Measuring the impact of your business on society.
- Making ethical and sustainable business decisions.
- Integrating social responsibility into your business model.
- Finding the balance between profit and purpose.

Chapter 6: The Ongoing Journey   62

- The importance of continuous learning and adaptation.
- Embracing challenges and setbacks as opportunities for growth.
- Staying true to your purpose and values in the face of adversity.
- Celebrating successes and achievements along the way.
- Leaving a positive and lasting legacy with your business.

TABLE OF CONTENTS

అధ్యాయం 1: ఆత్మజ్ఞానం పొందిన వ్యాపారవేత్త
11

- "ఉద్దేశ్యంతో ఉండే వ్యాపారవేత్త" అనే భావనకు పరిచయం.
- మీ వ్యాపారాన్ని మీ వ్యక్తిగత విలువలు మరియు అభిరుచులతో సమలేర్చడం యొక్క ప్రాముఖ్యత.
- మీ ప్రత్యేకమైన ప్రతిభలు మరియు బహుమతులను గుర్తించడం.
- ఉద్దేశ్యంతో కూడిన వ్యాపారవేత్త యొక్క ప్రయోజనాలను అన్వేషించడం.
- మీ "ఎందుకు" నిర్వచించడం మరియు మీ ఉద్దేశ్యాన్ని స్పష్టం చేయడం.

అధ్యాయం 2: ఉద్దేశ్యం యొక్క పునాదిని నిర్మించడం

- మీ వ్యాపారానికి స్పష్టమైన దృష్టి మరియు లక్ష్యాన్ని రూపొందించడం.
- మీ లక్ష్య [పేక్షకులను గుర్తించడం మరియు వారి అవసరాలను అర్థం చేసుకోవడం.
- మీ ఉద్దేశ్యానికి అనుగుణంగా ఉండే వ్యాపార నమూనాను సృష్టించడం.
- మీ వ్యాపారానికి [పాథమిక విలువలు మరియు నైతిక సూత్రాలను స్థాపించడం.
- మీ ఉద్దేశ్యాన్ని పంచుకునే సారూప్య ఆలోచనలతో కూడిన వ్యక్తుల బృందాన్ని నిర్మించడం.

అధ్యాయం 3: అంతర్గత సామరస్యాన్ని పెంపొందించడం

- వ్యాపారవేత్తలకు స్వీయ-అవగాహన మరియు మనస్సారత్వం యొక్క ప్రాముఖ్యత.
- ఒత్తిడిని నిర్వహించడం మరియు భావోద్వేగ ఆరోగ్యాన్ని కాపాడుకోవడం.
- స్వీయ-సంరక్షణను అభ్యసించడం మరియు వ్యక్తిగత వృద్ధికి ప్రాధాన్యత ఇవ్వడం.
- సానుకూల మనస్తత్వాన్ని పెంపొందించడం మరియు కృతజ్ఞతపై దృష్టి పెట్టడం.
- పని మరియు వ్యక్తిగత జీవితం మధ్య సమతుల్యతను కనుగొనడం.

అధ్యాయం 4: ఉద్దేశ్యంతో నాయకత్వం వహించడం

- మీ టీమ్‌ను మీ దృష్టితో ప్రేరేపించడం మరియు ఉత్సాహపరచడం.
- సానుకూల మరియు సహాయక పని వాతావరణాన్ని నిర్మించడం.
- మీ టీమ్‌ను బలపరిచడం మరియు సహకారాన్ని పెంపొందించడం.
- ప్రభావవంతంగా మరియు పారదర్శకంగా కమ్యూనికేట్ చేయడం.
- నిజాయితీ మరియు సమగ్రతతో నాయకత్వం వహించడం.

అధ్యాయం 5: ఉద్దేశ్యం మరియు లాభం మధ్య సమతుల్యత   52

- మీ వ్యాపారానికి ఆర్థిక స్థిరత్వాన్ని సాధించడం.
- సమాజంపై మీ వ్యాపారం యొక్క ప్రభావాన్ని కొలవడం.
- నైతిక మరియు స్థిరమైన వ్యాపార నిర్ణయాలు తీసుకోవడం.
- మీ వ్యాపార నమూనాలో సామాజిక బాధ్యతను ఏకీకృతం చేయడం.
- లాభం మరియు ఉద్దేశం మధ్య సమతుల్యతను కనుగొనడం.

అధ్యాయం 6: నిరంతర ప్రయాణం   62

- నిరంతర అభ్యాసం మరియు అనుసరణ యొక్క ప్రాముఖ్యత.
- పెరుగుదలకు అవకాశాలుగా సవాళ్లు మరియు వెనుకబాటులను స్వీకరించడం.
- కష్టతరాల ముందు మీ ఉద్దేశ్యం మరియు విలువలకు నిజంగా ఉండటం.
- మార్గం ద్వారా విజయాలు మరియు సాధనలను జరుపుకోవడం.
- మీ వ్యాపారంతో సానుకూల మరియు శాశ్వత వారసత్వాన్ని వదిలివేయడం.

Chapter 1: The Awakening Entrepreneur
అధ్యాయం 1: ఆత్మజ్ఞానం పొందిన వ్యాపారవేత్త

ఉద్దేశ్యంతో ఉండే వ్యాపారవేత్త

వ్యాపారం అనేది లాభం పొందేందుకు నిర్వహించే కార్యకలాపం. అయితే, కేవలం లాభం కోసం మాత్రమే వ్యాపారం చేయడం సరికాదు. వ్యాపారం ద్వారా సమాజానికి కూడా ఏదైనా మేలు చేయాలనే ఉద్దేశంతో వ్యాపారం చేస్తే, అది మరింత విలువైనదిగా మారుతుంది. అలాంటి వ్యాపారవేత్తలను ఉద్దేశ్యంతో ఉండే వ్యాపారవేత్తలు అంటారు.

ఉద్దేశ్యంతో ఉండే వ్యాపారవేత్తలు ఎవరు?

ఉద్దేశ్యంతో ఉండే వ్యాపారవేత్తలు లాభం పొందడంతో పాటు, సమాజానికి కూడా ఏదైనా మేలు చేయాలనే ఉద్దేశంతో వ్యాపారం చేస్తారు. వారు తమ వ్యాపారం ద్వారా పర్యావరణాన్ని కాపాడటం, పేదరికాన్ని తగ్గించడం, విద్య, ఆరోగ్యం వంటి సామాజిక సమస్యలను పరిష్కరించడం వంటి లక్ష్యాలను సాధించాలని కోరుకుంటారు.

ఉద్దేశ్యంతో ఉండే వ్యాపారవేత్తల లక్షణాలు

ఉద్దేశ్యంతో ఉండే వ్యాపారవేత్తలు కింది లక్షణాలను కలిగి ఉంటారు:

- సమాజంపై ఆసక్తి: ఉద్దేశ్యంతో ఉండే వ్యాపారవేత్తలు సమాజంపై ఆసక్తి కలిగి ఉంటారు. వారు సమాజంలో

సానుకూల మార్పులను తీసుకురావాలని కోరుకుంటారు.

- దృఢమైన నైతిక విలువలు: ఉద్దేశ్యంతో ఉండే వ్యాపారవేత్తలు దృఢమైన నైతిక విలువలను కలిగి ఉంటారు. వారు తమ వ్యాపారం ద్వారా సమాజానికి మేలు చేయాలని కోరుకుంటారు.

- సృజనాత్మకత: ఉద్దేశ్యంతో ఉండే వ్యాపారవేత్తలు సృజనాత్మకంగా ఆలోచించగలరు. వారు సమాజంలోని సమస్యలకు కొత్త పరిష్కారాలను కనుగొనగలరు.

- పట్టుదల: ఉద్దేశ్యంతో ఉండే వ్యాపారవేత్తలు పట్టుదల కలిగి ఉంటారు. వారు తమ లక్ష్యాలను సాధించడానికి కష్టపడటానికి సిద్ధంగా ఉంటారు.

మీ వ్యాపారాన్ని మీ వ్యక్తిగత విలువలు మరియు అభిరుచులతో సమలేర్చడం యొక్క ప్రాముఖ్యత

ఒక వ్యాపారం ప్రారంభించడం అనేది ఒక గొప్ప సాహసం. అయితే, వ్యాపారం విజయవంతం కావాలంటే, దానిని మీ వ్యక్తిగత విలువలు మరియు అభిరుచులతో సమలేర్చడం చాలా ముఖ్యం. మీ వ్యాపారాన్ని మీ వ్యక్తిగత విలువలతో సమలేర్చడం వల్ల మీకు కింది ప్రయోజనాలు కలుగుతాయి:

- మీరు మరింత ఉత్సాహంగా మరియు నిబద్ధతతో ఉంటారు.
- మీరు మీ వ్యాపారంలో మరింత విజయవంతం అవుతారు.
- మీరు మీ కస్టమర్లకు మరింత మంచి సేవను అందిస్తారు.

మీ వ్యక్తిగత విలువలు మరియు అభిరుచులు మీ వ్యాపారాన్ని ఎలా ప్రభావితం చేస్తాయి?

మీ వ్యక్తిగత విలువలు మరియు అభిరుచులు మీ వ్యాపారాన్ని అనేక విధాలుగా ప్రభావితం చేస్తాయి. ఉదాహరణకు, మీరు సహజ పర్యావరణాన్ని కాపాడటానికి బాధ్యత వహిస్తే, మీరు పర్యావరణ అనుకూలమైన ఉత్పత్తులు లేదా సేవలను అందించే వ్యాపారాన్ని ప్రారంభించవచ్చు. మీకు సామాజిక సమస్యల పట్ల ఆసక్తి ఉంటే, మీరు ఆ సమస్యలను పరిష్కరించడానికి సహాయపడే వ్యాపారాన్ని ప్రారంభించవచ్చు.

మీ వ్యక్తిగత విలువలు మరియు అభిరుచులు మీ వ్యాపారాన్ని ప్రభావితం చేసే కొన్ని విధాలు ఇక్కడ ఉన్నాయి:

- మీరు అందించే ఉత్పత్తులు లేదా సేవలు: మీ వ్యక్తిగత విలువలు మరియు అభిరుచులు మీరు అందించే ఉత్పత్తులు లేదా సేవలను ప్రభావితం చేస్తాయి. ఉదాహరణకు, మీరు ఆరోగ్యకరమైన జీవనశైలిని ప్రోత్సహించడంలో ఆసక్తి ఉంటే, మీరు ఆరోగ్యకరమైన ఆహారాలు లేదా వ్యాయామ సాధనాలను అందించే వ్యాపారాన్ని ప్రారంభించవచ్చు.

- మీ వ్యాపార ప్రణాళిక: మీ వ్యక్తిగత విలువలు మరియు అభిరుచులు మీ వ్యాపార ప్రణాళికను ప్రభావితం చేస్తాయి. ఉదాహరణకు, మీరు సమాజానికి తిరిగి ఇవ్వడంలో ఆసక్తి ఉంటే, మీ వ్యాపార ప్రణాళికలో సమాజ సేవను పొందుపరచవచ్చు.

- మీ వ్యాపార పద్ధతులు: మీ వ్యక్తిగత విలువలు మరియు అభిరుచులు మీ వ్యాపార పద్ధతులను ప్రభావితం చేస్తాయి. ఉదాహరణకు, మీరు నైతికతను విలువైనదిగా భావిస్తే, మీ వ్యాపారంలో నైతికమైన పద్ధతులను పాటించడానికి కట్టుబడి ఉంటారు.

మీ ప్రత్యేకమైన ప్రతిభలు మరియు బహుమతులను గుర్తించడం

మీరు ఎవరో, మీరు ఏమి చేయగలరో తెలుసుకోవడం చాలా ముఖ్యం. మీ ప్రత్యేకమైన ప్రతిభలు మరియు బహుమతులను గుర్తించడం వల్ల మీరు మీ జీవితంలో మరింత సంతృప్తికరమైన మరియు విజయవంతమైన వ్యక్తిగా మారవచ్చు.

మీ ప్రతిభలు మరియు బహుమతులను ఎలా గుర్తించాలి?

మీ ప్రతిభలు మరియు బహుమతులను గుర్తించడానికి మీరు చేయగల కొన్ని విషయాలు ఇక్కడ ఉన్నాయి:

- మీరు ఆనందించే చర్యలపై దృష్టి పెట్టండి. మీరు ఏమి చేయడంలో ఆనందపడతారో ఆలోచించండి. మీరు ఎప్పుడైనా మీ సమయాన్ని మరియు శక్తిని ఉత్పత్తిగా మరియు ఆనందంగా పూర్తి చేయగల చర్యలపై దృష్టి పెట్టండి.

- మీకు మంచిగా వచ్చే చర్యలపై దృష్టి పెట్టండి. మీరు ఏమి చేయడంలో మంచిగా ఉన్నారో ఆలోచించండి. మీకు సహజంగా వచ్చే చర్యలపై దృష్టి పెట్టండి.

- మీరు ప్రశంసించబడిన చర్యలపై దృష్టి పెట్టండి. మీరు ఏమి చేయడంలో ప్రశంసించబడతారో ఆలోచించండి. మీరు ఇతరుల నుండి మంచి స్పందనను పొందే చర్యలపై దృష్టి పెట్టండి.

మీ ప్రతిభలు మరియు బహుమతులను గుర్తించడానికి మీరు ఉపయోగించగల కొన్ని ప్రశ్నలు ఇక్కడ ఉన్నాయి:

- మీరు ఏది చేయడానికి ఎప్పుడూ సమయం కనుగొంటారు?
- మీరు ఏమి చేయడంలో మీరు సహజంగా మంచిగా ఉన్నారని అనుకుంటున్నారు?
- మీరు ఏమి చేయడంలో ఇతరుల నుండి ప్రశంసలు పొందారు?
- మీరు ఏమి చేయడం వల్ల మీరు సంతోషంగా మరియు సంతృప్తి చెందుతారు?

మీ ప్రతిభలు మరియు బహుమతులను ఉపయోగించడం

ఒకసారి మీరు మీ ప్రత్యేకమైన ప్రతిభలు మరియు బహుమతులను గుర్తించిన తర్వాత, వాటిని మీ జీవితంలో ఉపయోగించడం ప్రారంభించండి. మీరు మీ ప్రతిభలను ఉపయోగించే ఉద్యోగం లేదా వ్యాపారాన్ని కనుగొనవచ్చు. మీరు మీ ప్రతిభలను ఉపయోగించే సమాజ సేవ లేదా హెుబీని కనుగొనవచ్చు.

మీ ప్రతిభలను ఉపయోగించడం వల్ల మీరు మీ జీవితంలో మరింత సంతృప్తికరమైన మరియు విజయవంతమైన వ్యక్తిగా మారవచ్చు. మీరు మీ స్వంత కోసం మరియు ఇతరుల కోసం మంచి చేయగలరు.

ఉద్దేశ్యంతో కూడిన వ్యాపారవేత్త యొక్క ప్రయోజనాలు

వ్యాపారం అనేది లాభం పొందేందుకు నిర్వహించే కార్యకలాపం. అయితే, కేవలం లాభం కోసం మాత్రమే వ్యాపారం చేయడం సరికాదు. వ్యాపారం ద్వారా సమాజానికి కూడా ఏదైనా మేలు చేయాలనే ఉద్దేశంతో వ్యాపారం చేస్తే, అది మరింత విలువైనదిగా మారుతుంది. అలాంటి వ్యాపారవేత్తలను ఉద్దేశ్యంతో కూడిన వ్యాపారవేత్తలు అంటారు.

ఉద్దేశ్యంతో కూడిన వ్యాపారవేత్తలు లాభంతో పాటు, సమాజానికి మేలు చేయాలనే ఉద్దేశ్యంతో వ్యాపారం చేస్తారు. వారు తమ వ్యాపారం ద్వారా పర్యావరణాన్ని కాపాడటం, పేదరికాన్ని తగ్గించడం, విద్య, ఆరోగ్యం వంటి సామాజిక సమస్యలను పరిష్కరించడం వంటి లక్ష్యాలను సాధించాలని కోరుకుంటారు.

ఉద్దేశ్యంతో కూడిన వ్యాపారవేత్తలకు అనేక ప్రయోజనాలు ఉన్నాయి. అవి కింది విధంగా ఉన్నాయి:

- ఉత్సాహం మరియు నిబద్ధత: ఉద్దేశ్యంతో కూడిన వ్యాపారవేత్తలు తమ వ్యాపారం ద్వారా సమాజానికి మేలు చేయాలనే ఉద్దేశ్యంతో ఉంటారు. ఈ ఉద్దేశ్యం వల్ల వారు తమ వ్యాపారం పట్ల మరింత ఉత్సాహంగా మరియు నిబద్ధంగా ఉంటారు.

- విజయం: ఉద్దేశ్యంతో కూడిన వ్యాపారవేత్తలు తమ వ్యాపారం ద్వారా సమాజానికి మేలు చేయాలనే లక్ష్యాన్ని కలిగి ఉంటారు. ఈ లక్ష్యం వల్ల వారు మరింత కృషి చేస్తారు మరియు విజయం సాధిస్తారు.

- కస్టమర్ల విశ్వసనీయత: ఉద్దేశ్యంతో కూడిన వ్యాపారవేత్తలు తమ వ్యాపారం ద్వారా సమాజానికి మేలు చేయడానికి కృషి చేస్తారు. ఈ కృషి వల్ల వారు కస్టమర్ల నుండి విశ్వసనీయతను పొందుతారు.

ఉద్దేశ్యంతో కూడిన వ్యాపారవేత్తల ప్రయోజనాలను మరింత వివరంగా చూద్దాం:

ఉత్సాహం మరియు నిబద్ధత

ఉద్దేశ్యంతో కూడిన వ్యాపారవేత్తలు తమ వ్యాపారం ద్వారా సమాజానికి మేలు చేయాలనే ఉద్దేశ్యంతో ఉంటారు. ఈ ఉద్దేశ్యం వల్ల వారు తమ వ్యాపారం పట్ల మరింత ఉత్సాహంగా మరియు నిబద్ధంగా ఉంటారు. ఉత్సాహం మరియు నిబద్ధత వల్ల వారు తమ వ్యాపారంలో మరింత కృషి చేస్తారు మరియు మంచి ఫలితాలు సాధిస్తారు.

మీ "ఎందుకు" నిర్వచించడం మరియు మీ ఉద్దేశ్యాన్ని స్పష్టం చేయడం

మన జీవితంలో ఏదైనా సాధించాలంటే, మొదట మనం మన "ఎందుకు" నిర్వచించుకోవాలి. "ఎందుకు" అంటే, మనం ఏమి చేస్తున్నామో, ఎందుకు చేస్తున్నామో తెలుసుకోవడం. మనం ఏ లక్ష్యాన్ని సాధించాలనుకుంటున్నామో, దాన్ని ఎందుకు సాధించాలనుకుంటున్నామో తెలుసుకోవడం.

మన "ఎందుకు" నిర్వచించుకోవడం వల్ల మనకు కింది ప్రయోజనాలు కలుగుతాయి:

- మనం మరింత ఉత్సాహంగా మరియు నిబద్ధంగా ఉంటాము.
- మనం మరింత కృషి చేస్తాము మరియు విజయం సాధిస్తాము.
- మనం మరింత సంతృప్తికరమైన జీవితాన్ని గడుపుతాము.

మీ "ఎందుకు" నిర్వచించుకోవడానికి మార్గాలు

మీ "ఎందుకు" నిర్వచించుకోవడానికి మీరు చేయగల కొన్ని విషయాలు ఇక్కడ ఉన్నాయి:

- మీ ప్రేరణలను గుర్తించండి. మీరు ఏమి చేయడంలో ఆనందపడతారో, మీరు ఏమి చేయడంలో మంచిగా ఉన్నారో ఆలోచించండి. మీరు ఏ సమస్యను పరిష్కరించాలనుకుంటున్నారు? మీరు ఏ ప్రపంచాన్ని సృష్టించాలనుకుంటున్నారు?

- మీ లక్ష్యాలను పరిశీలించండి. మీరు ఏ లక్ష్యాలను సాధించాలనుకుంటున్నారు? మీ లక్ష్యాలు మీ "ఎందుకు" తో స్థిరంగా ఉన్నాయని నిర్ధారించుకోండి.
- మీ విలువలను పరిశీలించండి. మీకు ఏవి ముఖ్యమైనవి? మీ విలువలు మీ "ఎందుకు" తో స్థిరంగా ఉన్నాయని నిర్ధారించుకోండి.

మీ ఉద్దేశ్యాన్ని స్పష్టంగా తెలియజేయండి

మీ "ఎందుకు" నిర్వచించుకోవడం ముఖ్యం, కానీ దానిని ఇతరులతో స్పష్టంగా తెలియజేయడం కూడా ముఖ్యం. మీ ఉద్దేశ్యాన్ని తెలియజేయడం వల్ల మీరు ఇతరులను ప్రేరేపించవచ్చు, మీకు మద్దతు ఇవ్వమని అడగవచ్చు, మరియు మీ లక్ష్యాలను సాధించడానికి మీకు సహాయం చేయవచ్చు.

మీ ఉద్దేశ్యాన్ని తెలియజేయడానికి మీరు చేయగల కొన్ని విషయాలు ఇక్కడ ఉన్నాయి:

- మీ వెబ్‌సైట్‌లో మీ ఉద్దేశ్యాన్ని పేర్కొనండి.
- మీ సామాజిక మాధ్యమంలో మీ ఉద్దేశ్యాన్ని గురించి పోస్ట్ చేయండి.
- ప్రసంగాలలో మరియు ఇంటర్వ్యూలలో మీ ఉద్దేశ్యాన్ని గురించి మాట్లాడండి.

Chapter 2: Building a Foundation of Purpose
అధ్యాయం 2: ఉద్దేశ్యం యొక్క పునాదిని నిర్మించడం

మీ వ్యాపారానికి స్పష్టమైన దృష్టి మరియు లక్ష్యాన్ని రూపొందించడం

ఒక వ్యాపారాన్ని ప్రారంభించేటప్పుడు, మీరు మీ వ్యాపారానికి స్పష్టమైన దృష్టి మరియు లక్ష్యాన్ని కలిగి ఉండటం చాలా ముఖ్యం. దృష్టి మరియు లక్ష్యం మీ వ్యాపారాన్ని ఎక్కడికి తీసుకెళ్లాలనే దానిపై మీకు ఒక స్పష్టమైన చిత్రాన్ని ఇస్తాయి మరియు మీరు నిర్ణయాలు తీసుకోవడానికి మరియు మీ వ్యాపారాన్ని అభివృద్ధి చేయడానికి మార్గదర్శకత్వాన్ని అందిస్తాయి.

మీ వ్యాపారానికి దృష్టిని ఎలా నిర్వచించాలి

మీ వ్యాపారానికి దృష్టిని నిర్వచించడానికి, మీరు మీ వ్యాపారం ఏమి చేస్తోందో, మీరు ఏమి సాధించాలనుకుంటున్నారో మరియు మీరు ఎవరికోసం సేవలు అందిస్తున్నారో గుర్తించాలి. మీరు మీ వ్యాపారం యొక్క ప్రధాన లక్ష్యాలను కూడా పరిగణించాలి.

మీ వ్యాపారానికి దృష్టిని నిర్వచించడానికి మీరు ఉపయోగించగల కొన్ని ప్రశ్నలు ఇక్కడ ఉన్నాయి:

- మీ వ్యాపారం ఏమి చేస్తోంది?
- మీరు ఏమి సాధించాలనుకుంటున్నారు?

- మీరు ఎవరికోసం సేవలు అందిస్తున్నారు?
- మీ వ్యాపారం యొక్క ప్రధాన లక్ష్యాలు ఏమిటి?

మీరు ఈ ప్రశ్నలకు సమాధానం ఇచ్చిన తర్వాత, మీరు మీ వ్యాపారానికి స్పష్టమైన దృష్టిని రూపొందించగలరు. మీ దృష్టి ఒక చిన్న వాక్యం లేదా పేరాలో ఉండవచ్చు. ఇది మీ వ్యాపారం యొక్క ప్రధాన లక్ష్యాలను మరియు మీరు ఎవరికోసం సేవలు అందిస్తున్నారో స్పష్టంగా తెలియజేయాలి.

ఉదాహరణకు, ఒక టెక్స్‌టైల్ కంపెనీ యొక్క దృష్టి ఇలా ఉండవచ్చు:

"మేము నాణ్యమైన మరియు శైలీకృత దుస్తులను అందించడం ద్వారా మహిళలను గౌరవించడానికి కట్టుబడి ఉన్నాము."

మీ వ్యాపారానికి లక్ష్యాలను ఎలా నిర్వచించాలి

మీ వ్యాపారానికి లక్ష్యాలను నిర్వచించడం ద్వారా, మీరు మీ వ్యాపారాన్ని ఎక్కడికి తీసుకెళ్లాలనే దానిపై మరింత నిర్దిష్టమైన చిత్రాన్ని పొందవచ్చు. లక్ష్యాలు మీకు మీ వ్యాపారాన్ని అభివృద్ధి చేయడానికి మరియు మీ లక్ష్యాలను సాధించడానికి మార్గదర్శకత్వాన్ని అందిస్తాయి.

మీ లక్ష్య ప్రేక్షకులను గుర్తించడం మరియు వారి అవసరాలను అర్థం చేసుకోవడం

మీ వ్యాపారాన్ని విజయవంతం చేయాలనుకుంటే, మీరు మీ లక్ష్య ప్రేక్షకులను గుర్తించడం మరియు వారి అవసరాలను అర్థం చేసుకోవడం చాలా ముఖ్యం. మీ లక్ష్య ప్రేక్షకులు మీ ఉత్పత్తులు లేదా సేవలను కొనుగోలు చేసే లేదా ఉపయోగించే వ్యక్తులు. వారి అవసరాలు మరియు ఆకాంక్షలను మీరు అర్థం చేసుకుంటే, మీరు మీ ఉత్పత్తులు లేదా సేవలను వారి అవసరాలను తీర్చడానికి రూపొందించవచ్చు.

మీ లక్ష్య ప్రేక్షకులను ఎలా గుర్తించాలి

మీ లక్ష్య ప్రేక్షకులను గుర్తించడానికి, మీరు క్రింది ప్రశ్నలకు సమాధానం ఇవ్వాలి:

- మీ ఉత్పత్తులు లేదా సేవలను ఎవరు కొనుగోలు చేస్తారు లేదా ఉపయోగిస్తారు?
- వారి వయస్సు ఏమిటి?
- వారి లింగం ఏమిటి?
- వారి స్థానం ఏమిటి?
- వారి ఆదాయం ఏమిటి?
- వారి విద్య ఏమిటి?
- వారి ఆసక్తులు మరియు జీవనశైలి ఏమిటి?

ఈ ప్రశ్నలకు సమాధానం ఇవ్వడం వల్ల మీరు మీ లక్ష్య ప్రేక్షకుల గురించి సమగ్రమైన అవగాహన పొందవచ్చు.

మీ లక్ష్య ప్రేక్షకుల అవసరాలను ఎలా అర్థం చేసుకోవాలి

మీ లక్ష్య ప్రేక్షకుల అవసరాలను అర్థం చేసుకోవడానికి, మీరు వారితో మాట్లాడటం చాలా ముఖ్యం. మీరు వారితో సర్వేలు నిర్వహించవచ్చు, వారితో ఇంటర్వ్యూలు నిర్వహించవచ్చు లేదా వారి అభిప్రాయాలను ఆన్‌లైన్‌లో సేకరించవచ్చు.

మీ లక్ష్య ప్రేక్షకులతో మాట్లాడేటప్పుడు, మీరు వారి నుండి క్రింది విషయాలను తెలుసుకోవాలనుకుంటున్నారు:

- వారి అవసరాలు మరియు ఆకాంక్షలు ఏమిటి?
- వారి ప్రస్తుత ఉత్పత్తులు లేదా సేవల గురించి వారి అభిప్రాయాలు ఏమిటి?
- వారి కొత్త ఉత్పత్తులు లేదా సేవలకు వారి అవసరాలు ఏమిటి?

మీ లక్ష్య ప్రేక్షకుల అవసరాలను మీరు అర్థం చేసుకుంటే, మీరు మీ ఉత్పత్తులు లేదా సేవలను వారి అవసరాలను తీర్చడానికి రూపొందించవచ్చు. ఇది మీ వ్యాపారాన్ని విజయవంతం చేయడానికి సహాయపడుతుంది.

మీ ఉద్దేశ్యానికి అనుగుణంగా ఉండే వ్యాపార నమూనాను సృష్టించడం

పరిచయం

ఒక వ్యాపారాన్ని ప్రారంభించేటప్పుడు, మీరు మీ వ్యాపారానికి ఒక వ్యాపార నమూనాను రూపొందించాలి. వ్యాపార నమూనా అనేది మీ వ్యాపారం ఎలా లాభం సాధిస్తుందో వివరించే ఒక చిత్రం. మీ ఉద్దేశ్యానికి అనుగుణంగా ఉండే వ్యాపార నమూనాను సృష్టించడం చాలా ముఖ్యం. ఇది మీ వ్యాపారాన్ని విజయవంతం చేయడానికి మరియు మీ ఉద్దేశ్యాన్ని సాధించడానికి మీకు సహాయపడుతుంది.

మీ ఉద్దేశ్యానికి అనుగుణంగా ఉండే వ్యాపార నమూనాను ఎలా సృష్టించాలి

మీ ఉద్దేశ్యానికి అనుగుణంగా ఉండే వ్యాపార నమూనాను సృష్టించడానికి, మీరు క్రింది దశలను అనుసరించవచ్చు:

1. మీ ఉద్దేశ్యాన్ని స్పష్టంగా నిర్వచించండి. మీరు మీ వ్యాపారం ద్వారా ఏమి సాధించాలనుకుంటున్నారు? మీరు ఏ సమస్యను పరిష్కరించాలనుకుంటున్నారు? మీరు ఏ ప్రపంచాన్ని సృష్టించాలనుకుంటున్నారు?

2. మీ లక్ష్య ప్రేక్షకులను అర్థం చేసుకోండి. మీ ఉత్పత్తులు లేదా సేవలను ఎవరు కొనుగోలు చేస్తారు లేదా ఉపయోగిస్తారు? వారి అవసరాలు మరియు ఆకాంక్షలు ఏమిటి?

3. మీ ఉత్పత్తులు లేదా సేవలను రూపొందించండి. మీ లక్ష్య ప్రేక్షకుల అవసరాలను తీర్చే ఉత్పత్తులు లేదా సేవలను రూపొందించండి.

4. మీ ఉత్పత్తులు లేదా సేవలను విక్రయించే మార్గాన్ని రూపొందించండి. మీ లక్ష్య ప్రేక్షకులకు చేరుకోవడానికి మరియు మీ ఉత్పత్తులు లేదా సేవలను విక్రయించడానికి మార్గాన్ని రూపొందించండి.

మీ ఉద్దేశ్యానికి అనుగుణంగా ఉండే కొన్ని వ్యాపార నమూనాలు

- లాభదాయకత: ఈ నమూనాలో, మీరు మీ ఉత్పత్తులు లేదా సేవల కోసం లాభం సంపాదించడం ద్వారా మీ వ్యాపారాన్ని నిర్వహిస్తారు.
- సామాజిక ప్రయోజనం: ఈ నమూనాలో, మీరు మీ ఉత్పత్తులు లేదా సేవల ద్వారా సామాజిక ప్రయోజనాన్ని సాధించడం లక్ష్యంగా పెట్టుకుంటారు.
- సహకారం: ఈ నమూనాలో, మీరు ఇతర వ్యాపారాలతో సహకరించడం ద్వారా మీ వ్యాపారాన్ని నిర్వహిస్తారు.

మీ వ్యాపారానికి ప్రాథమిక విలువలు మరియు నైతిక సూత్రాలను స్థాపించడం

ఒక వ్యాపారాన్ని ప్రారంభించేటప్పుడు, మీరు మీ వ్యాపారానికి ప్రాథమిక విలువలు మరియు నైతిక సూత్రాలను స్థాపించాలి. ఈ విలువలు మరియు సూత్రాలు మీ వ్యాపారానికి మార్గదర్శకత్వం చేస్తాయి మరియు మీరు ఎలా వ్యవహరిస్తారో నిర్ణయిస్తాయి.

మీ వ్యాపారానికి ప్రాథమిక విలువలు మరియు నైతిక సూత్రాలను ఎందుకు స్థాపించాలి?

మీ వ్యాపారానికి ప్రాథమిక విలువలు మరియు నైతిక సూత్రాలను స్థాపించడం చాలా ముఖ్యం, ఎందుకంటే ఇవి:

- మీ వ్యాపారానికి ఒక స్పష్టమైన దిశను అందిస్తాయి.
- మీ ఉద్యోగులు మరియు వినియోగదారులకు నమ్మకాన్ని కలిగిస్తాయి.
- మీ వ్యాపారానికి సానుకూల ఖ్యాతిని సృష్టిస్తాయి.

మీ వ్యాపారానికి ప్రాథమిక విలువలు మరియు నైతిక సూత్రాలను ఎలా స్థాపించాలి?

మీ వ్యాపారానికి ప్రాథమిక విలువలు మరియు నైతిక సూత్రాలను స్థాపించడానికి, మీరు క్రింది దశలను అనుసరించవచ్చు:

1. మీరు ఏమి నమ్ముతున్నారో ఆలోచించండి. మీరు ఏ విలువలను ప్రాధాన్యత ఇస్తారు? మీరు ఏ రకమైన వ్యాపారాన్ని నిర్వహించాలనుకుంటున్నారు?

2. మీ లక్ష్య ప్రేక్షకులను పరిగణించండి. మీ లక్ష్య ప్రేక్షకులు ఏ విలువలను ప్రాధాన్యత ఇస్తారు? మీరు వారితో స్థిరమైన సంబంధాన్ని ఏర్పరచుకోవాలనుకుంటున్నారా?

3. మీ విలువలు మరియు సూత్రాలను స్పష్టంగా నిర్వచించండి. మీ విలువలు మరియు సూత్రాలు ఏమిటో స్పష్టంగా తెలుసుకోండి మరియు వాటిని మీ ఉద్యోగులు మరియు వినియోగదారులకు తెలియజేయండి.

మీ వ్యాపారానికి ప్రాథమిక విలువలు మరియు నైతిక సూత్రాలకు కొన్ని ఉదాహరణలు

- న్యాయం: మనమందరం సమానమైన గౌరవం మరియు చికిత్సకు అర్హులం.
- స్పష్టత: మనం మా మాటలలో మరియు చర్యలలో నిజాయితీగా మరియు స్పష్టంగా ఉండాలి.
- సహకారం: మనం కలిసి పనిచేయడం ద్వారా మంచిని సాధించవచ్చు.
- సృజనాత్మకత: మనం కొత్త ఆలోచనలు మరియు పరిష్కారాలను కనుగొనడానికి ప్రోత్సహించబడాలి.
- సమాజం: మనం మన సమాజానికి ఒక మంచి శక్తిగా ఉండాలనుకోవాలి.

మీ ఉద్దేశ్యాన్ని పంచుకునే సారూప్య ఆలోచనలతో కూడిన వ్యక్తుల బృందాన్ని నిర్మించడం

ఒక వ్యాపారాన్ని విజయవంతం చేయాలనుకుంటే, మీరు మీ ఉద్దేశ్యాన్ని పంచుకునే సారూప్య ఆలోచనలతో కూడిన వ్యక్తుల బృందాన్ని నిర్మించాలి. ఈ వ్యక్తులు మీ విలువలను పంచుకోవాలి మరియు మీ లక్ష్యాలను సాధించడానికి కట్టుబడి ఉండాలి.

మీ ఉద్దేశ్యాన్ని పంచుకునే వ్యక్తులను ఎలా కనుగొనాలి?

మీ ఉద్దేశ్యాన్ని పంచుకునే వ్యక్తులను కనుగొనడానికి, మీరు క్రింది దశలను అనుసరించవచ్చు:

1. మీ ఉద్దేశ్యాన్ని స్పష్టంగా నిర్వచించండి. మీ ఉద్దేశ్యం ఏమిటో స్పష్టంగా తెలుసుకోండి మరియు దానిని మీకు చుట్టూ ఉన్న ప్రజలకు తెలియజేయండి.

2. మీ లక్ష్య ప్రేక్షకులను పరిగణించండి. మీ లక్ష్య ప్రేక్షకులు ఎవరు? వారు ఏ విలువలను ప్రాధాన్యత ఇస్తారు?

3. మీ నెట్‌వర్క్‌ను ఉపయోగించండి. మీకు తెలిసిన వ్యక్తులతో మాట్లాడండి మరియు మీకు సరిపోయే వ్యక్తులను కనుగొనండి.

4. ఆన్‌లైన్‌లో శోధించండి. అనేక వెబ్‌సైట్లు మరియు యాప్‌లు మీకు సరిపోయే వ్యక్తులను కనుగొనడంలో మీకు సహాయపడతాయి.

మీ ఉద్దేశ్యాన్ని పంచుకునే వ్యక్తులను ఎలా ఆకర్షించాలి?

మీ ఉద్దేశ్యాన్ని పంచుకునే వ్యక్తులను ఆకర్షించడానికి, మీరు క్రింది విషయాలను చేయవచ్చు:

- మీ ఉద్దేశ్యాన్ని స్పష్టంగా మరియు ఆకర్షణీయంగా చెప్పండి. మీ ఉద్దేశ్యం ఏమిటో మరియు అది వ్యక్తులకు ఎలా ప్రయోజనం చేకూరుస్తుందో వివరించండి.

- మీ విలువలను ప్రదర్శించండి. మీరు మీ విలువలను నిజాయితీగా మరియు స్థిరంగా అనుసరిస్తే, ఇతరులు వాటిని గమనిస్తారు.

- మీరు ప్రశంసించే వ్యక్తులను నియమించండి. మీరు ప్రశంసించే మరియు మీ వ్యాపారానికి విలువను జోడించే వ్యక్తులను నియమించండి.

Chapter 3: Cultivating Inner Harmony
అధ్యాయం 3: అంతర్గత సామరస్యాన్ని పెంపొందించడం

వ్యాపారవేత్తలకు స్వీయ-అవగాహన మరియు మనస్సారత్వం యొక్క ప్రాముఖ్యత

వ్యాపార ప్రపంచంలో, విజయానికి అనేక కారకాలు ఉన్నాయి. అయితే, అన్నింటిలోనూ ముఖ్యమైనది స్వీయ-అవగాహన మరియు మనస్సారత్వం. స్వీయ-అవగాహన అనేది మన స్వంత బలాలు, బలహీనతలు, ప్రాధాన్యతలు మరియు లక్ష్యాలను అర్థం చేసుకోగల సామర్థ్యం. మనస్సారత్వం అనేది మన ఆలోచనలు, భావాలు మరియు ప్రవర్తనలను నియంత్రించగల సామర్థ్యం. ఈ రెండు గుణాలు వ్యాపారవేత్తలకు అనేక ప్రయోజనాలను కలిగిస్తాయి.

స్వీయ-అవగాహన వ్యాపారవేత్తలకు కింది ప్రయోజనాలను కలిగిస్తుంది:

- మరింత సమర్థవంతమైన నిర్ణయాలు తీసుకోవడం: స్వీయ-అవగాహన ఉన్న వ్యాపారవేత్తలు తమ బలాలు మరియు బలహీనతలను బాగా అర్థం చేసుకుంటారు. దీని వలన వారు తమ సామర్థ్యాలకు అనుగుణంగా నిర్ణయాలు తీసుకోవడంలో మరింత సమర్థవంతంగా ఉంటారు.

- మరింత సమర్థవంతమైన నాయకత్వం: స్వీయ-అవగాహన ఉన్న వ్యాపారవేత్తలు తమ శక్తి స్థాయిలను మరియు పరిమితులను బాగా అర్థం చేసుకుంటారు.

దీని వలన వారు మరింత సమర్ధవంతమైన నాయకులుగా ఉంటారు.

- మరింత సమర్ధవంతమైన సంబంధాలు: స్వీయ-అవగాహన ఉన్న వ్యాపారవేత్తలు ఇతరులతో మరింత సమర్ధవంతంగా కమ్యూనికేట్ చేయగలరు మరియు మరింత సానుకూల సంబంధాలను నిర్మించగలరు.

మనస్సారత్వం వ్యాపారవేత్తలకు కింది ప్రయోజనాలను కలిగిస్తుంది:

- ఒత్తిడిని ఎదుర్కోవడం: మనస్సారత్వం ఉన్న వ్యాపారవేత్తలు తమ ఆలోచనలు, భావాలు మరియు ప్రవర్తనలను నియంత్రించగలరు. దీని వలన వారు ఒత్తిడిని ఎదుర్కోవడంలో మరింత సమర్ధవంతంగా ఉంటారు.

- ప్రేరణను నిర్వహించడం: మనస్సారత్వం ఉన్న వ్యాపారవేత్తలు తమ లక్ష్యాలను సాధించడానికి తమను తాము ప్రేరేపించుకోగలరు.

- మరింత సృజనాత్మకంగా ఉండటం: మనస్సారత్వం ఉన్న వ్యాపారవేత్తలు తమ ఆలోచనలను మరింత సమర్ధవంతంగా నిర్వహించగలరు. దీని వలన వారు మరింత సృజనాత్మకంగా ఉంటారు.

ఒత్తిడిని నిర్వహించడం మరియు భావోద్వేగ ఆరోగ్యాన్ని కాపాడుకోవడం

ఒత్తిడి అనేది మన జీవితంలో సహజమైన భాగం. అయితే, ఒత్తిడిని మనం సమర్థవంతంగా నిర్వహించకపోతే, అది మన ఆరోగ్యం మరియు శ్రేయస్సుకు హానికరం కావచ్చు.

ఒత్తిడిని నిర్వహించడానికి మరియు భావోద్వేగ ఆరోగ్యాన్ని కాపాడుకోవడానికి కొన్ని మార్గాలు ఇక్కడ ఉన్నాయి:

1. మీ ఒత్తిడి స్థాయిలను గుర్తించండి: మీరు ఎంత ఒత్తిడిలో ఉన్నారో మీరు తెలుసుకోవడం ముఖ్యం. మీరు చిరాకుగా, ఆందోళనగా లేదా నిరాశగా ఉన్నారా? మీరు నిద్రలేమి లేదా తలనొప్పి వంటి శారీరక లక్షణాలను అనుభవిస్తున్నారా? మీ ఒత్తిడి స్థాయిలను గుర్తించడానికి, మీరు మీ భావోద్వేగాలను ట్రాక్ చేయడం ప్రారంభించవచ్చు లేదా ఒత్తిడి నిర్వహణ పరీక్షను తీసుకోవచ్చు.

2. ఒత్తిడిని తగ్గించడానికి ఆరోగ్యకరమైన మార్గాలను కనుగొనండి: ఒత్తిడిని తగ్గించడానికి అనేక ఆరోగ్యకరమైన మార్గాలు ఉన్నాయి. మీకు సహాయపడే కొన్నివి ఇక్కడ ఉన్నాయి:

- శారీరక శ్రమ: క్రమం తప్పకుండా వ్యాయామం చేయడం ఒత్తిడిని తగ్గించడానికి మంచి మార్గం. కనీసం వారానికి 150 నిమిషాల మితమైన వ్యాయామం లేదా వారానికి 75 నిమిషాల తీవ్రమైన వ్యాయామం చేయడం లక్ష్యంగా పెట్టుకోండి.

- విశ్రాంతి తీసుకోండి: మీకు తగినంత నిద్ర అవసరం. పెద్దలకు రోజుకు 7-8 గంటల నిద్ర అవసరం.

- ఆరోగ్యకరమైన ఆహారం తీసుకోండి: ఆరోగ్యకరమైన ఆహారం తీసుకోవడం మీ శారీరక మరియు మానసిక ఆరోగ్యానికి ముఖ్యం. పండ్లు, కూరగాయలు, తృణధాన్యాలు మరియు పౌష్టికాహారం అధికంగా ఉండే ఇతర ఆహారాలను మీ ఆహారంలో చేర్చుకోండి.

- మీరు ఆనందిస్తున్న కార్యకలాపాలలో పాల్గొనండి: మీరు ఆనందిస్తున్న కార్యకలాపాలలో పాల్గొనడం మీకు మానసిక విశ్రాంతిని అందిస్తుంది మరియు ఒత్తిడిని తగ్గిస్తుంది. మీకు ఇష్టమైన హాబీలను చేయడం, స్నేహితులు మరియు కుటుంబ సభ్యులతో సమయం గడపడం, లేదా ప్రకృతిలో సమయం గడపడం వంటివి ప్రయత్నించండి.

స్వీయ-సంరక్షణను అభ్యసించడం మరియు వ్యక్తిగత వృద్ధికి ప్రాధాన్యత ఇవ్వడం

స్వీయ-సంరక్షణ మరియు వ్యక్తిగత వృద్ధి అనేవి జీవితంలో ముఖ్యమైన అంశాలు. స్వీయ-సంరక్షణ అనేది మన శారీరక, మానసిక మరియు ఆధ్యాత్మిక ఆరోగ్యాన్ని కాపాడుకోవడం. వ్యక్తిగత వృద్ధి అనేది మనకు తెలిసిన విషయాలను మరింత పెంచుకోవడం మరియు కొత్త విషయాలను నేర్చుకోవడం.

స్వీయ-సంరక్షణ మరియు వ్యక్తిగత వృద్ధికి ప్రాధాన్యత ఇవ్వడం వలన అనేక ప్రయోజనాలు ఉన్నాయి. ఇది మనకు:

- మెరుగైన ఆరోగ్యాన్ని మరియు శ్రేయస్సును పొందడంలో సహాయపడుతుంది.
- మనకు మరింత సానుకూల మరియు ఉత్పాదకమైన వ్యక్తులుగా ఉండటంలో సహాయపడుతుంది.
- మనకు మరింత సంతృప్తికరమైన మరియు అర్థవంతమైన జీవితాన్ని గడపడంలో సహాయపడుతుంది.

స్వీయ-సంరక్షణను అభ్యసించడానికి మరియు వ్యక్తిగత వృద్ధికి ప్రాధాన్యత ఇవ్వడానికి కొన్ని మార్గాలు ఇక్కడ ఉన్నాయి:

స్వీయ-సంరక్షణ

- మీ శారీరక ఆరోగ్యాన్ని కాపాడుకోండి: ఆరోగ్యకరమైన ఆహారం తీసుకోండి, క్రమం తప్పకుండా వ్యాయామం చేయండి మరియు తగినంత నిద్ర పొందండి.

- మీ మానసిక ఆరోగ్యాన్ని కాపాడుకోండి: మీ భావోద్వేగాలను నిర్వహించడం నేర్చుకోండి, సానుకూలమైన సంబంధాలను నిర్మించండి మరియు మీకు కావాల్సిన సహాయాన్ని పొందండి.
- మీ ఆధ్యాత్మిక ఆరోగ్యాన్ని కాపాడుకోండి: మీరు ఏమి నమ్ముతున్నారో కనుగొనండి మరియు మీ ఆధ్యాత్మికతను పెంపొందించడానికి సమయాన్ని కేటాయించండి.

వ్యక్తిగత వృద్ధి

- మీకు ఆసక్తి ఉన్న విషయాల గురించి నేర్చుకోండి.
- మీ నైపుణ్యాలను మెరుగుపరచుకోండి.
- మీకు కొత్త అనుభవాలను పొందండి.

స్వీయ-సంరక్షణ మరియు వ్యక్తిగత వృద్ధి అనేవి జీవితంలో శాశ్వతమైన ప్రయాణాలు. మనం ఎప్పుడూ కొత్త విషయాలు నేర్చుకోవచ్చు మరియు మనల్ని మెరుగుపరచుకోవచ్చు. మనం ఈ అంశాలపై దృష్టి పెట్టడం ద్వారా, మనం మరింత సంపూర్ణమైన మరియు సంతృప్తికరమైన జీవితాన్ని గడపగలము.

సానుకూల మనస్తత్వాన్ని పెంపొందించడం మరియు కృతజ్ఞతపై దృష్టి పెట్టడం

సానుకూల మనస్తత్వం అనేది జీవితంలోని మంచి విషయాలపై దృష్టి పెట్టడం. ఇది మనకు మరింత సంతోషంగా, ఆరోగ్యంగా మరియు సంతృప్తికరమైన జీవితాన్ని గడపడంలో సహాయపడుతుంది.

కృతజ్ఞత అనేది మన జీవితంలోని మంచి విషయాలను అంగీకరించడం. ఇది మనకు మరింత సంతోషంగా, ఆదర్శవంతంగా మరియు సహృదయపూర్వకంగా ఉండటంలో సహాయపడుతుంది.

సానుకూల మనస్తత్వాన్ని పెంపొందించడానికి మరియు కృతజ్ఞతపై దృష్టి పెట్టడానికి కొన్ని మార్గాలు ఇక్కడ ఉన్నాయి:

సానుకూల మనస్తత్వాన్ని పెంపొందించడానికి:

- మీరు ఎదుర్కొంటున్న సానుకూల మరియు ప్రతికూల విషయాలను గుర్తించండి. మీరు సానుకూల విషయాలపై దృష్టి పెట్టాలని ప్రయత్నించండి.
- మీరు కృతజ్ఞంగా ఉన్న విషయాల జాబితాను రూపొందించండి. మీరు ఈ జాబితాను రోజూ చదవండి.
- సానుకూల వార్తలను చదవండి లేదా చూడండి.
- సానుకూల వ్యక్తులతో సమయం గడపండి.

కృతజ్ఞతపై దృష్టి పెట్టడానికి:

- మీరు కృతజ్ఞంగా ఉన్న విషయాల కోసం రోజూ కొంత సమయాన్ని కేటాయించండి.
- మీరు కృతజ్ఞంగా ఉన్న వ్యక్తులకు లేదా విషయాలకు ధన్యవాదాలు తెలియజేయండి.
- మీరు కృతజ్ఞంగా ఉన్న విషయాలను మీతో ఉంచుకోండి.

సానుకూల మనస్తత్వం మరియు కృతజ్ఞత అనేవి జీవితంలో సంతృప్తి మరియు సంతోషాన్ని పెంచడానికి సహాయపడే శక్తివంతమైన సాధనాలు. మనం ఈ అంశాలపై దృష్టి పెట్టడం ద్వారా, మనం మరింత సంతోషంగా మరియు సంతృప్తికరమైన జీవితాన్ని గడపగలము.

సానుకూల మనస్తత్వం మరియు కృతజ్ఞత యొక్క కొన్ని ప్రయోజనాలు ఇక్కడ ఉన్నాయి:

- మెరుగైన ఆరోగ్యం మరియు శ్రేయస్సు
- మరింత సంతోషం మరియు ఆనందం
- మరింత ఉత్పాదకత మరియు సృజనాత్మకత
- మరింత బలమైన సంబంధాలు
- మరింత సానుకూల దృక్పథం

మనం ఈ అంశాలపై దృష్టి పెట్టడం ద్వారా, మనం మరింత సంపూర్ణమైన మరియు సంతృప్తికరమైన జీవితాన్ని గడపగలము.

పని మరియు వ్యక్తిగత జీవితం మధ్య సమతుల్యతను కనుగొనడం

పని మరియు వ్యక్తిగత జీవితం మధ్య సమతుల్యతను కనుగొనడం అనేది చాలా మంది ప్రజల కోసం ఒక సవాలు. మనం మన పనికి ఎంత సమయం కేటాయించాలి మరియు మన వ్యక్తిగత జీవితానికి ఎంత సమయం కేటాయించాలి అనేది కొన్నిసార్లు స్పష్టంగా లేదు.

పని మరియు వ్యక్తిగత జీవితం మధ్య సమతుల్యతను కనుగొనడం యొక్క ప్రయోజనాలు చాలా ఉన్నాయి. ఇది మనకు:

- మరింత సంతోషంగా మరియు ఆనందంగా ఉండటానికి సహాయపడుతుంది.
- మన ఆరోగ్యాన్ని మరియు శ్రేయస్సును మెరుగుపరచడంలో సహాయపడుతుంది.
- మన సంబంధాలను బలోపేతం చేయడంలో సహాయపడుతుంది.
- మనకు మరింత ఉత్పాదకంగా మరియు సృజనాత్మకంగా ఉండేలా చేస్తుంది.

పని మరియు వ్యక్తిగత జీవితం మధ్య సమతుల్యతను కనుగొనడానికి కొన్ని మార్గాలు ఇక్కడ ఉన్నాయి:

మీ లక్ష్యాలను గుర్తించండి: మీరు మీ పనిలో మరియు మీ వ్యక్తిగత జీవితంలో ఏమి సాధించాలనుకుంటున్నారు? మీ లక్ష్యాలను గుర్తించడం మీకు మీ సమయాన్ని ఎలా నిర్వహించాలో నిర్ణయించడంలో సహాయపడుతుంది.

మీ సమయాన్ని ట్రాక్ చేయండి: మీరు మీ సమయాన్ని ఎలా గడుపుతున్నారో తెలుసుకోవడం ద్వారా, మీరు మీ సమయాన్ని మరింత సమర్థవంతంగా నిర్వహించడానికి మార్గాలను కనుగొనవచ్చు.

సరిహద్దులను స్థాపించండి: మీ పని మరియు వ్యక్తిగత జీవితాల మధ్య సరిహద్దులను స్థాపించడం ముఖ్యం. ఉదాహరణకు, మీరు పని నుండి ఇంటికి వచ్చిన తర్వాత, మీరు మీ పని గురించి ఆలోచించడం లేదా పని-సంబంధిత పనులను చేయడం మానుకోవడం ముఖ్యం.

నో అని చెప్పడం నేర్చుకోండి: మీరు మీకు చాలా అవసరం లేదా సమయం లేని పనులకు ఒప్పుకోవడం మానుకోండి.

విశ్రాంతి తీసుకోండి: మీరు సమర్థవంతంగా పని చేయడానికి మరియు మీ జీవితంలోని ఇతర విషయాలను ఆస్వాదించడానికి, మీరు తగినంత విశ్రాంతి తీసుకోవడం ముఖ్యం.

పని మరియు వ్యక్తిగత జీవితం మధ్య సమతుల్యతను కనుగొనడం అనేది ఒక నిరంతరం కొనసాగుతున్న ప్రక్రియ. మీరు మీ అవసరాలు మరియు లక్ష్యాలను మార్చుకుంటూ ఉంటారు, కాబట్టి మీరు మీ సమయాన్ని ఎలా నిర్వహించాలో కూడా మార్చుకుంటారు.

Chapter 4: Leading with Purpose

అధ్యాయం 4: ఉద్దేశ్యంతో నాయకత్వం వహించడం

మీ టీమ్‌ను మీ దృష్టితో ప్రేరేపించడం మరియు ఉత్సాహపరచడం

ప్రతి టీమ్‌కు దాని స్వంత లక్ష్యాలు మరియు లక్ష్యాలు ఉంటాయి. ఈ లక్ష్యాలను సాధించడానికి, టీమ్‌లను ప్రేరేపించడం మరియు ఉత్సాహపరచడం చాలా ముఖ్యం. టీమ్‌లను ప్రేరేపించడానికి మరియు ఉత్సాహపరచడానికి అనేక మార్గాలు ఉన్నాయి, కానీ అత్యంత ముఖ్యమైన విషయం టీమ్‌కు స్పష్టమైన మరియు ఆకర్షణీయమైన దృష్టిని అందించడం.

మీ టీమ్‌కు స్పష్టమైన మరియు ఆకర్షణీయమైన దృష్టిని ఎలా అందించాలి?

మీ టీమ్‌కు స్పష్టమైన మరియు ఆకర్షణీయమైన దృష్టిని అందించడానికి, మీరు క్రింది అంశాలను పరిగణించాలి:

- దృష్టి నిర్దిష్టంగా ఉండాలి. ఇది ఏమి చేయాలనుకుంటున్నారో టీమ్‌కు స్పష్టంగా తెలియజేయాలి.
- దృష్టి సాధ్యమైనదిగా ఉండాలి. ఇది టీమ్‌కు సాధించడానికి అసాధ్యం కాకూడదు.

- దృష్టి ఆకర్షణీయంగా ఉండాలి. ఇది టీమ్‌లోని సభ్యులను ప్రేరేపించాలి మరియు ఉత్సాహపరచాలి.

మీ టీమ్‌కు స్పష్టమైన మరియు ఆకర్షణీయమైన దృష్టిని అందించడానికి కొన్ని ఉదాహరణలు:

- "మనం ప్రపంచంలోని అత్యుత్తమ టీమ్‌గా మారాలనుకుంటున్నాము."
- "మనం ప్రపంచాన్ని మెరుగుపరచాలనుకుంటున్నాము."
- "మనం ప్రపంచంలో మార్పును తీసుకురావాలనుకుంటున్నాము."

మీ టీమ్‌కు స్పష్టమైన మరియు ఆకర్షణీయమైన దృష్టిని అందించడం ద్వారా, మీరు టీమ్‌లను ప్రేరేపించడానికి మరియు ఉత్సాహపరచడానికి మంచి ప్రారంభం పెట్టారు.

మీ టీమ్‌ను ప్రేరేపించడానికి మరియు ఉత్సాహపరచడానికి మరిన్ని మార్గాలు:

- టీమ్‌కు సానుకూల మరియు ఆశాజనకమైన వాతావరణాన్ని సృష్టించండి.
- టీమ్‌లోని సభ్యులకు గుర్తింపు మరియు ప్రోత్సాహాన్ని అందించండి.
- టీమ్‌కు సవాళ్లు మరియు అవకాశాలను అందించండి.
- టీమ్‌తో సహకారం మరియు సహకారాన్ని ప్రోత్సహించండి.

ఈ అంశాలను పరిగణించడం ద్వారా, మీరు మీ టీమ్‌ను మరింత ఉత్పాదకంగా మరియు సమర్థవంతంగా మార్చవచ్చు.

సానుకూల మరియు సహాయక పని వాతావరణాన్ని నిర్మించడం

ఒక సంస్థలోని ఉత్పాదకత మరియు సమర్థవంతత అనేక అంశాలపై ఆధారపడి ఉంటాయి, వీటిలో పని వాతావరణం ఒకటి. సానుకూల మరియు సహాయక పని వాతావరణం ఉంటే, ఉద్యోగులు సంతోషంగా, ప్రేరేపించబడి, మరియు ఉత్పాదకంగా ఉంటారు.

సానుకూల మరియు సహాయక పని వాతావరణాన్ని నిర్మించడానికి అనేక మార్గాలు ఉన్నాయి. కొన్ని కీలక అంశాలు ఇక్కడ ఉన్నాయి:

- స్పష్టమైన మరియు న్యాయమైన నియమాలు మరియు విధానాలను స్థాపించండి. ఇది ఉద్యోగులకు ఏమి ఆశించాలో తెలుసుకోవడానికి మరియు వారి పనిలో విజయం సాధించడానికి సహాయపడుతుంది.

- ఉద్యోగులకు సహాయం మరియు మద్దతును అందించండి. ఇది ఉద్యోగులకు సవాలులను అధిగమించడానికి మరియు వారి పనిలో విజయం సాధించడానికి సహాయపడుతుంది.

- ఉద్యోగుల భాగస్వామ్యం మరియు ప్రతిపాదనలను ప్రోత్సహించండి. ఇది ఉద్యోగులను సంస్థలో భాగంగా భావించడానికి మరియు వారి పనిలో నిమగ్నమవడానికి సహాయపడుతుంది.

- ఉద్యోగులను గౌరవం మరియు గౌరవంతో చూడండి. ఇది ఉద్యోగులకు స్థిరత్వం మరియు సహకారం యొక్క భావాన్ని ఇస్తుంది.

సానుకూల మరియు సహాయక పని వాతావరణాన్ని నిర్మించడానికి కొన్ని నిర్దిష్ట ఉదాహరణలు ఇక్కడ ఉన్నాయి:

- ఉద్యోగులకు స్పష్టమైన మరియు న్యాయమైన లక్ష్యాలు మరియు ప్రశంసలను అందించండి.
- ఉద్యోగులకు సహాయం మరియు మద్దతును అందించడానికి శిక్షణ మరియు మద్దతు కార్యక్రమాలను అందించండి.
- ఉద్యోగుల భాగస్వామ్యం మరియు ప్రతిపాదనలను ప్రోత్సహించడానికి సమావేశాలు, సర్వేలు మరియు ఇతర సమాచార మార్గాలను ఉపయోగించండి.
- ఉద్యోగుల పురోగతిని గుర్తించడానికి మరియు అవార్డులను అందించడానికి గుర్తింపు కార్యక్రమాలను అభివృద్ధి చేయండి.

ఈ చర్యలను తీసుకోవడం ద్వారా, మీరు మీ సంస్థలో సానుకూల మరియు సహాయక పని వాతావరణాన్ని సృష్టించడంలో సహాయపడవచ్చు. ఇది మీ ఉద్యోగులను సంతోషంగా, ప్రేరేపించబడి, మరియు ఉత్పాదకంగా ఉంచడంలో సహాయపడుతుంది.

మీ టీమ్‌ను బలపరిచడం మరియు సహకారాన్ని పెంపొందించడం

ఒక బలమైన మరియు సహకారపూర్వక టీమ్ ఏదైనా సంస్థకు ఎంతో ముఖ్యం. ఇది ఉత్పాదకతను పెంచుతుంది, సృజనాత్మకతను ప్రోత్సహిస్తుంది మరియు సాధారణంగా సంస్థ యొక్క మొత్తం ఆరోగ్యాన్ని మెరుగుపరుస్తుంది.

మీ టీమ్‌ను బలపరిచడానికి మరియు సహకారాన్ని పెంపొందించడానికి అనేక మార్గాలు ఉన్నాయి. కొన్ని కీలక అంశాలు ఇక్కడ ఉన్నాయి:

- స్పష్టమైన లక్ష్యాలు మరియు లక్ష్యాలను స్థాపించండి. టీమ్‌లోని ప్రతి ఒక్కరూ ఏమి చేస్తున్నారో మరియు వారి పని ఎలా ముఖ్యమో తెలుసుకోవడం ముఖ్యం.
- టీమ్‌లోని సభ్యుల మధ్య నమ్మకాన్ని నిర్మించండి. ఇది మరింత సహకారం మరియు సహకారానికి దారితీస్తుంది.
- టీమ్‌లోని సభ్యుల మధ్య కమ్యూనికేషన్ను ప్రోత్సహించండి. ఇది స్పష్టమైన అవగాహన మరియు సమన్వయానికి దారితీస్తుంది.
- టీమ్‌లోని సభ్యులను మద్దతు ఇవ్వండి మరియు ప్రోత్సహించండి. ఇది వారిని విజయం సాధించడానికి ప్రేరేపిస్తుంది.

మీ టీమ్‌ను బలపరిచడానికి మరియు సహకారాన్ని పెంపొందించడానికి కొన్ని నిర్దిష్ట ఉదాహరణలు ఇక్కడ ఉన్నాయి:

- టీమ్ లక్ష్యాలను సెట్ చేయడానికి మరియు వాటిని సాధించడానికి ఒక ప్రణాళికను అభివృద్ధి చేయడానికి టీమ్‌తో కలిసి పని చేయండి.
- టీమ్‌లోని సభ్యులకు పరస్పర అవగాహనను పెంపొందించడానికి మరియు నమ్మకాన్ని నిర్మించడానికి సామాజిక కార్యకలాపాలను నిర్వహించండి.
- టీమ్‌లోని సభ్యులకు ప్రతికూల ఫీడ్‌బ్యాక్‌ను ఎలా ఇవ్వాలనే దానిపై శిక్షణ ఇవ్వండి.
- టీమ్‌లోని సభ్యులకు వారి విజయాలను గుర్తించడానికి మరియు ప్రశంసించడానికి అవకాశాలను అందించండి.

ఈ చర్యలను తీసుకోవడం ద్వారా, మీరు మీ టీమ్‌ను బలపరిచడంలో మరియు సహకారాన్ని పెంపొందించడంలో సహాయపడవచ్చు. ఇది మీ టీమ్‌ను మరింత ఉత్పాదకంగా, సృజనాత్మకంగా మరియు సానుకూలంగా చేస్తుంది.

ప్రభావవంతంగా మరియు పారదర్శకంగా కమ్యూనికేట్ చేయడం

కమ్యూనికేషన్ అనేది మానవ సంబంధాల యొక్క పునాది. ఇది మనం ఒకరితో ఒకరు మాట్లాడే మార్గం, మనం మన ఆలోచనలు మరియు భావాలను ఎలా పంచుకుంటాము. ప్రభావవంతమైన మరియు పారదర్శక కమ్యూనికేషన్ అనేది మన జీవితంలో అన్ని రంగాలలో విజయం సాధించడానికి చాలా ముఖ్యం.

ప్రభావవంతమైన కమ్యూనికేషన్ అనేది మీ లక్ష్యాలను సాధించడానికి మీరు మీ సందేశాన్ని ప్రేక్షకులకు స్పష్టంగా మరియు సమర్థవంతంగా చేర్చగల సామర్థ్యం. ఇది మీరు మీ ఆలోచనలు మరియు భావాలను స్పష్టంగా మరియు సంక్షిప్తంగా వ్యక్తీకరించగల సామర్థ్యం.

పారదర్శక కమ్యూనికేషన్ అనేది మీరు మీ సందేశాన్ని ఖచ్చితమైన మరియు నిజాయితీగా అందించగల సామర్థ్యం. ఇది మీరు మీ సందేశంలో ఏవైనా లోపాలు లేదా అస్పష్టతలను నివారించడానికి మీరు మీ సందేశాన్ని జాగ్రత్తగా అభివృద్ధి చేయగల సామర్థ్యం.

ప్రభావవంతంగా మరియు పారదర్శకంగా కమ్యూనికేట్ చేయడానికి కొన్ని చిట్కాలు ఇక్కడ ఉన్నాయి:

- మీ లక్ష్యాలను నిర్వచించండి. మీరు మీ సందేశాన్ని ఎవరితో పంచుకోవాలనుకుంటున్నారు మరియు మీరు వారికి ఏమి తెలియజేయాలనుకుంటున్నారో మీరు తెలుసుకోవాలి.

- మీ ప్రేక్షకులను అర్థం చేసుకోండి. మీరు ఎవరితో మాట్లాడుతున్నారో మరియు వారి అవసరాలు మరియు ఆసక్తులు ఏమిటో మీరు తెలుసుకోవాలి.

- మీ సందేశాన్ని స్పష్టంగా మరియు సంక్షిప్తంగా ఉంచండి. మీ సందేశం మీ ప్రేక్షకులకు స్పష్టంగా మరియు అర్థం చేసుకోవడానికి సులభంగా ఉండాలి.

- ఖచ్చితమైన మరియు నిజాయితీగా ఉండండి. మీ సందేశంలో ఏవైనా లోపాలు లేదా అస్పష్టతలను నివారించండి.

- ప్రతిస్పందనకు తెరవండి. మీ సందేశంపై మీ ప్రేక్షకుల నుండి ప్రతిస్పందనను అందుకోవడానికి సిద్ధంగా ఉండండి.

ప్రభావవంతంగా మరియు పారదర్శకంగా కమ్యూనికేట్ చేయగల సామర్ధ్యం అనేది మీ జీవితంలో విజయం సాధించడానికి చాలా ముఖ్యం. ఈ చిట్కాలను అనుసరించడం ద్వారా, మీరు మీ సందేశాన్ని మరింత స్పష్టంగా మరియు సమర్ధవంతంగా అందించగలరు మరియు మీరు మీ ప్రేక్షకులతో మరింత బలమైన సంబంధాలను నిర్మించగలరు.

నిజాయితీ మరియు సమగ్రతతో నాయకత్వం వహించడం

నిజాయితీ మరియు సమగ్రత అనేవి నాయకులకు అత్యంత ముఖ్యమైన లక్షణాలు. నిజాయితీ అనేది మీరు మీ మాటలను నిలబెట్టడం మరియు మీ వాగ్దానాలను నెరవేర్చడం. సమగ్రత అనేది మీరు మీ ఆలోచనలు, మాటలు మరియు చర్యలలో స్థిరంగా ఉండటం.

నిజాయితీ మరియు సమగ్రతతో నాయకత్వం వహించడం అనేది మీ వారసత్వాన్ని నిర్మించడానికి మరియు మీ అనుచరులను ప్రేరేపించడానికి ఒక శక్తివంతమైన మార్గం. నిజాయితీగా ఉన్న నాయకులు గౌరవం మరియు విశ్వాసాన్ని సంపాదిస్తారు, ఇది విజయానికి అవసరం.

నిజాయితీ మరియు సమగ్రతతో నాయకత్వం వహించడానికి కొన్ని మార్గాలు ఇక్కడ ఉన్నాయి:

- మీ మాటలను నిలబెట్టండి. మీరు ఏమి చెప్పారో మరియు మీరు ఏమి చేస్తారో నిర్ధారించుకోండి.

- మీ వాగ్దానాలను నెరవేర్చండి. మీరు ఎవరికైనా ఏదైనా వాగ్దానం చేస్తే, దానిని నెరవేర్చడానికి మీరు ప్రయత్నించండి.

- మీ ఆలోచనలు, మాటలు మరియు చర్యలలో స్థిరంగా ఉండండి. మీరు ఏమి నమ్ముతున్నారో మరియు మీరు ఏమి చేస్తున్నారో మీరు ఒకే విధంగా ఉండండి.

నిజాయితీ మరియు సమగ్రతతో నాయకత్వం వహించడం సులభం కాదు, కానీ ఇది విలువైనది. ఈ లక్షణాలను అభివృద్ధి చేయడానికి కృషి చేయడం ద్వారా, మీరు మీ అనుచరులకు

ఒక మంచి నమూనాగా మరియు మీ సంస్థ లేదా సంఘానికి ఒక మంచి నాయకుడిగా ఉంటారు.

నిజాయితీ మరియు సమగ్రతతో నాయకత్వం వహించడం యొక్క ప్రయోజనాలు

నిజాయితీ మరియు సమగ్రతతో నాయకత్వం వహించడం అనేక ప్రయోజనాలను కలిగి ఉంది. ఇది:

- మీ వారసత్వాన్ని నిర్మిస్తుంది. మీరు నిజాయితీగా మరియు సమగ్రంగా నాయకత్వం వహిస్తే, మీరు మీ తర్వాత వచ్చే వారిపై సానుకూల ప్రభావాన్ని చూపుతారు.

- మీ అనుచరులను ప్రేరేపిస్తుంది. మీరు నిజాయితీగా మరియు సమగ్రంగా ఉన్నప్పుడు, మీ అనుచరులు మీను గౌరవిస్తారు మరియు మీను అనుసరించడానికి సంతోషిస్తారు.

- మీ సంస్థ లేదా సంఘానికి విజయాన్ని తీసుకువస్తుంది. నిజాయితీ మరియు సమగ్రతతో నాయకత్వం వహించడం మీ సంస్థ లేదా సంఘానికి ఒక దృఢమైన పునాదిని నిర్మిస్తుంది.

Chapter 5: Balancing Purpose and Profit

అధ్యాయం 5: ఉద్దేశ్యం మరియు లాభం మధ్య సమతుల్యత

మీ వ్యాపారానికి ఆర్థిక స్థిరత్వాన్ని సాధించడం

ఆర్థిక స్థిరత్వం అనేది ఒక వ్యాపారం దాని ఆర్థిక లక్ష్యాలను సాధించగల సామర్థ్యం. ఇది ఒక వ్యాపారం దాని బాధ్యతలను తీర్చగల సామర్థ్యం, దాని పెట్టుబడిదారులకు లాభాలను అందించగల సామర్థ్యం మరియు దాని ఉద్యోగులకు ఉపాధిని అందించగల సామర్థ్యాన్ని కలిగి ఉంటుంది.

మీ వ్యాపారానికి ఆర్థిక స్థిరత్వాన్ని సాధించడానికి అనేక మార్గాలు ఉన్నాయి. కొన్ని కీలక అంశాలు ఇక్కడ ఉన్నాయి:

- ఒక బలమైన ఆర్థిక ప్రణాళికను రూపొందించండి. ఈ ప్రణాళిక మీ వ్యాపార లక్ష్యాలను, మీరు ఎలా వాటిని సాధించాలనుకుంటున్నారో మరియు మీరు ఎలా ఫలితాలను కొలవాలి అనే దానిని పరిగణనలోకి తీసుకోవాలి.

- మీ ఆదాయాన్ని మరియు వ్యయాలను పర్యవేక్షించండి. మీరు మీ వ్యాపారం ఎలా చేస్తోందో తెలుసుకోవడానికి మీ ఆర్థిక రికార్డులను క్రమం తప్పకుండా పరిశీలించండి.

- మీ వ్యాపారం యొక్క ఆర్థిక ఆరోగ్యాన్ని మెరుగుపరచడానికి చర్యలు తీసుకోండి. మీరు ఆదాయాన్ని పెంచడానికి, వ్యయాలను తగ్గించడానికి

లేదా మీ వ్యాపారాన్ని మరింత సమర్ధవంతంగా చేయడానికి చర్యలు తీసుకోవచ్చు.

మీ వ్యాపారానికి ఆర్థిక స్థిరత్వాన్ని సాధించడానికి కొన్ని నిర్దిష్ట చిట్కాలు ఇక్కడ ఉన్నాయి:

- మీ వ్యాపారానికి తగినంత పెట్టుబడి పెట్టండి. మీరు మీ వ్యాపారాన్ని విజయవంతం చేయడానికి అవసరమైన సామర్థ్యాలను మరియు వనరులను కలిగి ఉండటానికి పెట్టుబడి పెట్టాలి.

- మీ వ్యాపారం యొక్క ప్రమాదాలను అంచనా వేయండి మరియు వాటిని తగ్గించడానికి చర్యలు తీసుకోండి. మీ వ్యాపారం ఎదుర్కొనే అన్ని ప్రమాదాలను అర్థం చేసుకోవడం మరియు వాటిని తగ్గించడానికి చర్యలు తీసుకోవడం ముఖ్యం.

- మీ వ్యాపారానికి బలమైన బ్యాంకింగ్ సంబంధాలను నిర్మించండి. మీ వ్యాపారం అవసరమైనప్పుడు రుణాలు లేదా ఇతర ఆర్థిక సహాయం పొందగలగాలి.

మీ వ్యాపారానికి ఆర్థిక స్థిరత్వాన్ని సాధించడం చాలా ముఖ్యం. ఇది మీ వ్యాపారాన్ని విజయవంతం చేయడానికి మరియు మీరు మరియు మీ సిబ్బంది కోసం భద్రమైన భవిష్యత్తును నిర్మించడానికి సహాయపడుతుంది.

సమాజంపై మీ వ్యాపారం యొక్క ప్రభావాన్ని కొలవడం

సమాజంపై మీ వ్యాపారం యొక్క ప్రభావాన్ని కొలవడం అనేది మీ వ్యాపారం యొక్క సానుకూల ప్రభావాన్ని మెరుగుపరచడానికి మరియు మీ వ్యాపారం యొక్క సహజీవనాన్ని నిర్ధారించడానికి మీకు సహాయపడే ముఖ్యమైన అవసరం.

మీ వ్యాపారం యొక్క సమాజంపై ప్రభావాన్ని కొలవడానికి అనేక మార్గాలు ఉన్నాయి. కొన్ని సాధారణ పద్ధతులు ఇక్కడ ఉన్నాయి:

- పర్యావరణ ప్రభావం: మీ వ్యాపారం పర్యావరణంపై ఎలాంటి ప్రభావాన్ని చూపుతుందో కొలవడానికి, మీరు మీ వ్యాపారం నుండి ఉద్గారాలు, చెత్త మరియు నీటి వినియోగం వంటి అంశాలను ట్రాక్ చేయవచ్చు.

- సామాజిక ప్రభావం: మీ వ్యాపారం సమాజంపై ఎలాంటి ప్రభావాన్ని చూపుతుందో కొలవడానికి, మీరు మీ వ్యాపారం నుండి ఉపాధి, శిక్షణ మరియు సమాజసేవ వంటి అంశాలను ట్రాక్ చేయవచ్చు.

- ఆర్థిక ప్రభావం: మీ వ్యాపారం ఆర్థిక వ్యవస్థపై ఎలాంటి ప్రభావాన్ని చూపుతుందో కొలవడానికి, మీరు మీ వ్యాపారం నుండి ఆదాయం, పన్నులు మరియు ఉత్పత్తిత్వం వంటి అంశాలను ట్రాక్ చేయవచ్చు.

మీ వ్యాపారం యొక్క ప్రభావాన్ని కొలవడానికి మీరు ఉపయోగించే పద్ధతులు మీ వ్యాపారం యొక్క పరిమాణం, రకం మరియు లక్ష్యాలపై ఆధారపడి ఉంటాయి. మీరు మీ

వ్యాపారం యొక్క ప్రభావాన్ని కొలవడానికి సహాయపడే అనేక సాధనాలు మరియు సేవలు అందుబాటులో ఉన్నాయి.

మీ వ్యాపారం యొక్క ప్రభావాన్ని కొలవడం యొక్క కొన్ని ప్రయోజనాలు ఇక్కడ ఉన్నాయి:

- మీ వ్యాపారం యొక్క సానుకూల ప్రభావాన్ని మెరుగుపరచడానికి మీకు సహాయపడుతుంది. మీ వ్యాపారం యొక్క ప్రభావాన్ని మీరు అర్థం చేసుకున్నప్పుడు, మీరు మీ వ్యాపారాన్ని మరింత సమాజానికి లాభదాయకంగా చేయడానికి చర్యలు తీసుకోవచ్చు.
- మీ వ్యాపారానికి మద్దతు ఇవ్వే వ్యక్తులు మరియు సంస్థల నుండి నమ్మకాన్ని పెంచడానికి సహాయపడుతుంది.

నైతిక మరియు స్థిరమైన వ్యాపార నిర్ణయాలు తీసుకోవడం

నైతిక మరియు స్థిరమైన వ్యాపార నిర్ణయాలు తీసుకోవడం అనేది ఒక వ్యాపారం విజయవంతం కావడానికి ముఖ్యమైన అంశం. నైతిక నిర్ణయాలు తీసుకోవడం వల్ల వ్యాపారాలు వారి కస్టమర్ల, ఉద్యోగుల మరియు సమాజం యొక్క నమ్మకాన్ని పొందుతాయి. స్థిరమైన నిర్ణయాలు తీసుకోవడం వల్ల వ్యాపారాలు వారి పర్యావరణం మరియు భవిష్యత్తు తరాల కోసం బాధ్యత వహిస్తాయి.

నైతిక మరియు స్థిరమైన వ్యాపార నిర్ణయాలు తీసుకోవడానికి అనేక మార్గాలు ఉన్నాయి. కొన్ని కీలక అంశాలు ఇక్కడ ఉన్నాయి:

- మీ వ్యాపారానికి నైతిక మరియు స్థిరమైన విలువలను స్థాపించండి. మీరు మీ వ్యాపారం యొక్క లక్ష్యాలను మరియు విలువలను స్పష్టంగా అర్థం చేసుకోవాలి.
- మీ వ్యాపార నిర్ణయాలను మీ విలువలతో పోల్చండి. మీరు ఏదైనా నిర్ణయం తీసుకునే ముందు, అది మీ వ్యాపారం యొక్క నైతిక మరియు స్థిరమైన విలువలకు అనుగుణంగా ఉందో లేదో ఆలోచించండి.
- మీ వ్యాపార నిర్ణయాల ప్రభావాన్ని పరిగణించండి. మీ నిర్ణయాలు మీ కస్టమర్లు, ఉద్యోగులు, సమాజం మరియు పర్యావరణంపై ఎలాంటి ప్రభావాన్ని చూపుతాయి?

నైతిక మరియు స్థిరమైన వ్యాపార నిర్ణయాలు తీసుకోవడానికి కొన్ని నిర్దిష్ట ఉదాహరణలు ఇక్కడ ఉన్నాయి:

- పర్యావరణానికి అనుకూలమైన ఉత్పత్తులు మరియు సేవలను అందించండి.
- మీ ఉద్యోగులకు న్యాయమైన వేతనాలు మరియు ప్రయోజనాలను అందించండి.
- స్థానిక సమాజానికి తిరిగి ఇవ్వండి.
- మీ వ్యాపారాన్ని సమాజానికి లాభదాయకంగా చేయండి.

నైతిక మరియు స్థిరమైన వ్యాపార నిర్ణయాలు తీసుకోవడం అనేది ఒక సవాలు కావచ్చు, కానీ ఇది ఖచ్చితంగా విలువైనది. ఈ రకమైన నిర్ణయాలు తీసుకోవడం వల్ల వ్యాపారాలు విజయవంతం కావడానికి, వారి కస్టమర్ల, ఉద్యోగుల మరియు సమాజం యొక్క నమ్మకాన్ని పొందడానికి మరియు భవిష్యత్తు తరాల కోసం బాధ్యత వహించడానికి సహాయపడుతుంది.

మీ వ్యాపార నమూనాలో సామాజిక బాధ్యతను ఏకీకృతం చేయడం

సామాజిక బాధ్యత అనేది ఒక వ్యాపారం యొక్క పర్యావరణం మరియు సమాజంపై ప్రభావాన్ని పరిగణించే విధానం. సామాజిక బాధ్యతగల వ్యాపారాలు వారి వ్యాపార చర్యల ద్వారా సానుకూల ప్రభావాన్ని చూపడానికి కృషి చేస్తాయి.

మీ వ్యాపార నమూనాలో సామాజిక బాధ్యతను ఏకీకృతం చేయడం అనేది మీ వ్యాపారాన్ని మరింత సమర్ధవంతంగా మరియు స్థిరంగా చేయడానికి ఒక గొప్ప మార్గం. ఇది మీకు కస్టమర్ల నుండి నమ్మకాన్ని పెంచడానికి, ఉద్యోగుల నుండి సమర్పణను పెంచడానికి మరియు పర్యావరణంపై మీ ప్రభావాన్ని తగ్గించడానికి సహాయపడుతుంది.

మీ వ్యాపార నమూనాలో సామాజిక బాధ్యతను ఏకీకృతం చేయడానికి కొన్ని మార్గాలు ఇక్కడ ఉన్నాయి:

- మీ వ్యాపార విలువలను స్థాపించండి. మీ వ్యాపారం యొక్క నైతిక మరియు సామాజిక లక్ష్యాలను స్పష్టంగా అర్థం చేసుకోండి.

- మీ వ్యాపార ప్రణాళికలో సామాజిక బాధ్యతను చేర్చండి. మీ వ్యాపారం యొక్క సామాజిక బాధ్యత లక్ష్యాలను మరియు వాటిని ఎలా సాధించాలనే దానిపై ప్రణాళికను రూపొందించండి.

- మీ వ్యాపార చర్యలను పరిశీలించండి. మీ వ్యాపారం యొక్క పర్యావరణం మరియు సమాజంపై ప్రభావాన్ని అర్థం చేసుకోవడానికి మీ వ్యాపార చర్యలను పరిశీలించండి.

- మీ ఉద్యోగులను మరియు కస్టమర్లను కలిగి ఉండండి. మీ వ్యాపారంలో సామాజిక బాధ్యత యొక్క ప్రాముఖ్యత గురించి మీ ఉద్యోగులు మరియు కస్టమర్లతో మాట్లాడండి.

మీ వ్యాపార నమూనాలో సామాజిక బాధ్యతను ఏకీకృతం చేయడానికి కొన్ని నిర్దిష్ట ఉదాహరణలు ఇక్కడ ఉన్నాయి:

- పర్యావరణానికి అనుకూలమైన ఉత్పత్తులు మరియు సేవలను అందించండి.
- మీ ఉద్యోగులకు న్యాయమైన వేతనాలు మరియు ప్రయోజనాలను అందించండి.
- స్థానిక సమాజానికి తిరిగి ఇవ్వండి.
- మీ వ్యాపారాన్ని సమాజానికి లాభదాయకంగా చేయండి.

మీ వ్యాపార నమూనాలో సామాజిక బాధ్యతను ఏకీకృతం చేయడం అనేది ఒక ప్రక్రియ. ఇది ఒక రోజులో జరగదు. కానీ క్రమంగా మరియు నిబద్ధతతో, మీరు మీ వ్యాపారాన్ని మరింత సామాజిక బాధ్యతగలదిగా మార్చవచ్చు.

లాభం మరియు ఉద్దేశం మధ్య సమతుల్యతను కనుగొనడం

లాభం మరియు ఉద్దేశం రెండూ ఒక వ్యాపారానికి ముఖ్యమైనవి. లాభం అనేది ఒక వ్యాపారం విజయవంతంగా ఉండటానికి అవసరం, అయితే ఉద్దేశం అనేది వ్యాపారం యొక్క లక్ష్యాలను మరియు విలువలను ప్రతిబింబిస్తుంది.

లాభం మరియు ఉద్దేశం మధ్య సమతుల్యతను కనుగొనడం కష్టమైన పని కావచ్చు. ఒకవైపు, వ్యాపారం లాభాలను ఆర్జించాల్సిన అవసరం ఉంది లేకపోతే అది మనుగడ సాగించలేదు. మరోవైపు, వ్యాపారం దాని ఉద్దేశాన్ని కూడా గుర్తుంచుకోవాలి మరియు సమాజానికి ఒక మంచిది చేయాలి.

లాభం మరియు ఉద్దేశం మధ్య సమతుల్యతను కనుగొనడానికి కొన్ని మార్గాలు ఇక్కడ ఉన్నాయి:

- మీ వ్యాపార విలువలను స్థాపించండి. మీ వ్యాపారం యొక్క లాభం మరియు ఉద్దేశం మధ్య సమతుల్యతను కనుగొనడానికి, మీరు మీ వ్యాపార విలువలను స్పష్టంగా అర్థం చేసుకోవాలి. మీ విలువలు ఏమిటో మీకు తెలుసు, మీరు మీ వ్యాపార నిర్ణయాలను వాటి ఆధారంగా తీసుకోవచ్చు.

- మీ వ్యాపార లక్ష్యాలను స్థాపించండి. మీ వ్యాపారం యొక్క లాభం మరియు ఉద్దేశం మధ్య సమతుల్యతను కనుగొనడానికి, మీరు మీ వ్యాపారం యొక్క లక్ష్యాలను స్పష్టంగా అర్థం చేసుకోవాలి. మీ లక్ష్యాలు ఏమిటో మీకు తెలుసు, మీరు మీ వ్యాపార చర్యలను వాటి ఆధారంగా తీసుకోవచ్చు.

- మీ వ్యాపార చర్యలను పరిశీలించండి. మీ వ్యాపారం యొక్క లాభం మరియు ఉద్దేశం మధ్య సమతుల్యతను కనుగొనడానికి, మీరు మీ వ్యాపార చర్యలను పరిశీలించాలి. మీ చర్యలు మీ విలువలకు మరియు లక్ష్యాలకు అనుగుణంగా ఉన్నాయని నిర్ధారించుకోండి.

- మీ ఉద్యోగులను మరియు కస్టమర్లను కలిగి ఉండండి. మీ వ్యాపారం యొక్క లాభం మరియు ఉద్దేశం మధ్య సమతుల్యతను కనుగొనడానికి, మీరు మీ ఉద్యోగులను మరియు కస్టమర్లను కలిగి ఉండాలి. వారు మీ వ్యాపారం యొక్క లాభం మరియు ఉద్దేశం గురించి ఏమి ఆలోచిస్తారో తెలుసుకోండి.

- ఉదాహరణకు, కొన్నిసార్లు లాభం పెంచడానికి ఉద్దేశం నుండి తిరిగిపోవడం అవసరం కావచ్చు. ఉదాహరణకు, ఒక వ్యాపారం తన ఉత్పత్తులను తయారు చేయడానికి ఉపయోగించే పదార్థాలను కొనుగోలు చేయడానికి ఖరీదైనది కావచ్చు. ఈ పదార్థాలను ఉపయోగించడం వల్ల వ్యాపారానికి పర్యావరణ నష్టం కూడా కలుగుతుంది. లాభం పెంచడానికి, వ్యాపారం తక్కువ ఖరీదైన పదార్థాలను ఉపయోగించవచ్చు లేదా పర్యావరణ నష్టాన్ని కలిగించే ఉత్పత్తులను తయారు చేయవచ్చు.

Chapter 6: The Ongoing Journey
అధ్యాయం 6: నిరంతర ప్రయాణం

నిరంతర అభ్యాసం మరియు అనుసరణ యొక్క ప్రాముఖ్యత

ప్రపంచం చాలా వేగంగా మారుతోంది. కొత్త సాంకేతికతలు, ఆవిష్కరణలు మరియు ఆలోచనలు నిరంతరం ఉద్భవించాయి. ఈ మార్పులకు అనుగుణంగా ఉండటానికి, మనం నిరంతరం నేర్చుకోవాలి మరియు అనుసరించాలి.

నిరంతర అభ్యాసం అనేది మన జ్ఞానాన్ని మరియు నైపుణ్యాలను మెరుగుపరచడానికి కృషి చేయడం. ఇది కొత్త విషయాలను నేర్చుకోవడం, మన సామర్థ్యాలను అభివృద్ధి చేయడం మరియు మనకు అవసరమైన సమాచారాన్ని కనుగొనడం వంటి వాటిని కలిగి ఉంటుంది.

అనుసరణ అనేది మనం నేర్చుకున్న విషయాలను అభ్యాసంలో పెట్టడం. ఇది కొత్త పరిస్థితులకు అనుగుణంగా మారడం, మన ఆలోచనలను మరియు ప్రవర్తనలను మార్చుకోవడం మరియు మన లక్ష్యాలను సాధించడానికి కృషి చేయడం వంటి వాటిని కలిగి ఉంటుంది.

నిరంతర అభ్యాసం మరియు అనుసరణ యొక్క ప్రాముఖ్యతను క్రింది విధంగా వివరించవచ్చు:

- విజయం సాధించడానికి: నిరంతర అభ్యాసం మరియు అనుసరణ అనేవి విజయం సాధించడానికి అవసరమైన అతి ముఖ్యమైన అంశాలు. ప్రపంచంలోని అత్యంత

విజయవంతమైన వ్యక్తులు ఎల్లప్పుడూ నేర్చుకోవడానికి మరియు అభివృద్ధి చెందడానికి కృషి చేస్తారు.

- కెరీర్ లో అభివృద్ధి చెందడానికి: నిరంతర అభ్యాసం మరియు అనుసరణ కెరీర్ లో అభివృద్ధి చెందడానికి అవసరమైన సామర్ధ్యాలను మెరుగుపరచడానికి సహాయపడుతుంది. కొత్త సాంకేతికతలు, పద్ధతులు మరియు ఆలోచనల గురించి తెలుసుకోవడం ద్వారా, మీరు మీ పనిలో మెరుగ్గా ఉండవచ్చు మరియు మీ కెరీర్ లో అవకాశాలను పెంచుకోవచ్చు.

- పెరుగుదల మరియు అభివృద్ధికి: నిరంతర అభ్యాసం మరియు అనుసరణ వ్యక్తిగత పెరుగుదల మరియు అభివృద్ధికి అవసరమైన జ్ఞానాన్ని మరియు నైపుణ్యాలను పెంచడానికి సహాయపడుతుంది. కొత్త విషయాలను నేర్చుకోవడం మరియు మన ఆలోచనలను విస్తరించడం ద్వారా, మనం మరింత సమగ్రంగా మరియు సృజనాత్మకంగా మారవచ్చు.

పెరుగుదలకు అవకాశాలుగా సవాళ్లు మరియు వెనుకబాటులను స్వీకరించడం

జీవితం సులభం కాదు. మనం ఎల్లప్పుడూ సవాళ్లను ఎదుర్కొంటూ ఉంటాము. కొన్నిసార్లు, మనం తప్పులు చేస్తాము మరియు వెనుకబాటులను ఎదుర్కొంటాము. ఈ సవాళ్లు మరియు వెనుకబాటులను ఎలా చూస్తాము అనేది మన పెరుగుదల మరియు అభివృద్ధికి చాలా ముఖ్యం.

సవాళ్లు మరియు వెనుకబాటులను పెరుగుదలకు అవకాశాలుగా చూడటం మనకు చాలా ప్రయోజనాలను ఇస్తుంది.

- మనను మరింత బలంగా చేస్తుంది: సవాళ్లు మరియు వెనుకబాటులను అధిగమించడం వల్ల మనం మరింత బలంగా మరియు ధృఢంగా మారతాము. మనం ఏదైనా చేయగలమని మనం నమ్ముతాము.
- మనకు నేర్పిస్తుంది: సవాళ్లు మరియు వెనుకబాటుల నుండి మనం ఎల్లప్పుడూ ఏదో నేర్చుకుంటాము. మనం ఎక్కడ తప్పు చేశామో, మనం ఎలా మెరుగుపరచుకోవాలో తెలుసుకుంటాము.
- మనకు అవకాశాలను తెస్తుంది: సవాళ్లు మరియు వెనుకబాటుల నుండి కొత్త అవకాశాలు కూడా వచ్చేస్తాయి. మనం మన తప్పుల నుండి నేర్చుకోవడం ద్వారా, మనం మరింత విజయవంతమవుతము.

సవాళ్లు మరియు వెనుకబాటులను పెరుగుదలకు అవకాశాలుగా చూడటానికి కొన్ని మార్గాలు ఇక్కడ ఉన్నాయి:

- మీరు ఎదుర్కొంటున్న సవాళ్లు మరియు వెనుకబాటులను గుర్తించండి: మీరు ఏమి ఎదుర్కొంటున్నారో తెలుసుకోవడం ద్వారా, మీరు వాటిని ఎలా అధిగమించాలో ప్రణాళిక వేయవచ్చు.

- సానుకూల దృక్పథాన్ని కలిగి ఉండండి: సవాళ్లు మరియు వెనుకబాటులను ఒక నష్టంగా కాకుండా, ఒక అవకాశంగా చూడండి.

- మీ నుండి నేర్చుకోండి: మీరు ఎక్కడ తప్పు చేశారో తెలుసుకోవడానికి మీ సవాళ్లు మరియు వెనుకబాటులను విశ్లేషించండి.

- మీరు సాధించగలరని నమ్ముకోండి: మీరు సవాళ్లు మరియు వెనుకబాటులను అధిగమించగలరని నమ్ముకోవడం చాలా ముఖ్యం.

సవాళ్లు మరియు వెనుకబాటులు జీవితంలో సహజమైన భాగం. వాటిని ఎలా చూస్తామో అనేది మనపై ఆధారపడి ఉంటుంది. వాటిని పెరుగుదలకు అవకాశాలుగా చూస్తే, మనం మరింత బలంగా, నైపుణ్యం కలిగిన మరియు విజయవంతమైన వ్యక్తులుగా మారవచ్చు.

కష్టతరాల ముందు మీ ఉద్దేశ్యం మరియు విలువలకు నిజంగా ఉండటం

జీవితంలో కష్టతరమైన సమయాలు ఎల్లప్పుడూ వస్తాయి. వ్యాపారంలో విఫలం, వ్యక్తిగత సంబంధాలలో విచ్ఛేదం, లేదా ఆరోగ్య సమస్యలు వంటి అనేక రకాల కష్టతరాలు వస్తాయి. ఈ కష్టతరాలను ఎదుర్కొనేటప్పుడు, మనం మన ఉద్దేశ్యం మరియు విలువలకు నిజంగా ఉండటం చాలా ముఖ్యం.

మన ఉద్దేశ్యం మరియు విలువలు మన జీవితానికి ఒక మార్గదర్శకం. అవి మనం ఎలా జీవించాలనుకుంటున్నామో మరియు ఏమి సాధించాలనుకుంటున్నామో నిర్ణయిస్తాయి. కష్టతరమైన సమయాలలో, మన ఉద్దేశ్యం మరియు విలువలు మనకు మార్గదర్శకత్వం మరియు ధైర్యాన్ని ఇస్తాయి.

మన ఉద్దేశ్యం మరియు విలువలకు నిజంగా ఉండటానికి కొన్ని మార్గాలు ఇక్కడ ఉన్నాయి:

- మీ ఉద్దేశ్యం మరియు విలువలను స్పష్టంగా తెలుసుకోండి: మీరు ఏమి సాధించాలనుకుంటున్నారో మరియు మీకు ఏది ముఖ్యమో తెలుసుకోవడం చాలా ముఖ్యం. మీ ఉద్దేశ్యం మరియు విలువలను ఒక పత్రంలో రాయడం లేదా మీకు గుర్తుంచుకోవడానికి మీరు ఇష్టపడే మరొక మార్గంలో వాటిని వ్రాయడం మంచిది.

- మీ ఉద్దేశ్యం మరియు విలువలను నిరంతరం గుర్తుంచుకోండి: కష్టతరమైన సమయాలలో, మీ ఉద్దేశ్యం మరియు విలువలను మరచిపోవడం సులభం. అయితే, మీరు వాటిని నిరంతరం గుర్తుంచుకోవడం చాలా ముఖ్యం. మీరు వాటిని దృష్టిలో ఉంచుకోవడానికి,

మీరు మీ ఉద్దేశ్యం మరియు విలువల గురించి ఒక నోట్‌బుక్‌లో రాయవచ్చు లేదా మీకు గుర్తుంచుకోవడానికి మీరు ఇష్టపడే మరొక మార్గంలో వాటిని రాయవచ్చు.

- మీ ఉద్దేశ్యం మరియు విలువలకు కట్టుబడి ఉండండి: కష్టతరమైన సమయాలలో, మీ ఉద్దేశ్యం మరియు విలువలకు కట్టుబడి ఉండటం కష్టం కావచ్చు. అయితే, మీరు వాటికి కట్టుబడి ఉంటే, మీరు మరింత బలంగా మరియు నిర్ణయించుకున్న వ్యక్తిగా మారవచ్చు.

మన ఉద్దేశ్యం మరియు విలువలకు నిజంగా ఉండటం కష్టతరమైన సమయాలలో మనకు మార్గదర్శకత్వం మరియు ధైర్యాన్ని ఇస్తుంది. ఇది మనకు మరింత బలంగా, నిర్ణయించుకున్న మరియు విజయవంతమైన వ్యక్తులుగా మారడంలో సహాయపడుతుంది.

మార్గం ద్వారా విజయాలు మరియు సాధనలను జరుపుకోవడం

జీవితంలో విజయం సాధించడం చాలా ముఖ్యం. అయితే, విజయాన్ని చేరుకోవడానికి సమయం మరియు కృషి అవసరం. ఈ ప్రయాణంలో, మనం అనేక విజయాలు మరియు సాధనాలను సాధిస్తాము. ఈ విజయాలు మరియు సాధనాలను జరుపుకోవడం చాలా ముఖ్యం.

విజయాలు మరియు సాధనాలను జరుపుకోవడం వల్ల కలిగే ప్రయోజనాలు అనేకం. ఇది:

- మనకు ధైర్యాన్ని మరియు ప్రోత్సాహాన్ని ఇస్తుంది: విజయాలు మరియు సాధనాలను జరుపుకోవడం వల్ల, మనం మరింత ధైర్యంగా మరియు ప్రోత్సహించబడినట్లు భావిస్తాము. ఇది మనకు మరింత కష్టపడి పని చేయడానికి మరియు మరింత విజయాలను సాధించడానికి పురోగతిని ఇస్తుంది.

- మనకు ఆనందం మరియు సంతృప్తిని ఇస్తుంది: విజయాలు మరియు సాధనాలను జరుపుకోవడం వల్ల, మనం ఆనందంగా మరియు సంతృప్తిగా భావిస్తాము. ఇది మన జీవితానికి అర్థాన్ని మరియు లక్ష్యాన్ని ఇస్తుంది.

- మనకు ఇతరులకు ప్రేరణను ఇస్తుంది: విజయాలు మరియు సాధనాలను జరుపుకోవడం వల్ల, ఇతరులకు మనం ప్రేరణను ఇస్తాము. ఇది ఇతరులను కూడా వారి లక్ష్యాలను సాధించడానికి ప్రోత్సహిస్తుంది.

విజయాలు మరియు సాధనాలను జరుపుకోవడానికి అనేక మార్గాలు ఉన్నాయి. కొన్ని సాధారణ మార్గాలు ఇక్కడ ఉన్నాయి:

- మీరు సాధించిన విషయాలను గుర్తుంచుకోండి: మీరు సాధించిన విషయాలను గుర్తుంచుకోవడానికి, మీరు సాధించిన విజయాల జాబితాను రాయవచ్చు లేదా మీరు సాధించిన సాధనాలను చిత్రీకరించే ఒక కళాకృతిని సృష్టించవచ్చు.
- మీరు చేసిన కృషిని అభినందిచండి: మీరు చేసిన కృషిని అభినందిచడానికి, మీరు మీ కోసం ఒక ప్రత్యేకమైన కార్యక్రమాన్ని నిర్వహించవచ్చు, ఉదాహరణకు, మీకు ఇష్టమైన భోజనాన్ని ఆస్వాదించడం లేదా మీకు ఇష్టమైన కార్యకలాపాన్ని చేయడం.
- మీరు ప్రేమించే వ్యక్తులతో మీ విజయాలను పంచుకోండి: మీరు ప్రేమించే వ్యక్తులతో మీ విజయాలను పంచుకోవడం వల్ల మీకు మరింత సంతోషాన్ని మరియు సంతృప్తిని ఇస్తుంది.

విజయాలు మరియు సాధనాలను జరుపుకోవడం మన జీవితంలో ఒక ముఖ్యమైన భాగం. ఇది మనకు ధైర్యాన్ని, ప్రోత్సాహాన్ని, ఆనందాన్ని మరియు సంతృప్తిని ఇస్తుంది.

మీ వ్యాపారంతో సానుకూల మరియు శాశ్వత వారసత్వాన్ని వదిలివేయడం

మీ వ్యాపారంతో సానుకూల మరియు శాశ్వత వారసత్వాన్ని వదిలివేయడం అనేది చాలా ముఖ్యమైన లక్ష్యం. ఇది మీ వ్యాపారం యొక్క స్వభావం మరియు మీరు మీ కస్టమర్లు మరియు సమాజంతో ఎలా సంబంధం కలిగి ఉన్నారో ప్రతిబింబిస్తుంది.

సానుకూల మరియు శాశ్వత వారసత్వాన్ని వదిలివేయడానికి కొన్ని మార్గాలు ఇక్కడ ఉన్నాయి:

- మీ కస్టమర్లకు విలువను అందించండి: మీ కస్టమర్లకు మంచి ఉత్పత్తులు లేదా సేవలను అందించడం ద్వారా, మీరు మీ వ్యాపారంలో ఒక స్థిరమైన స్థానాన్ని సృష్టించుకోవచ్చు. మీరు మీ కస్టమర్ల అవసరాలను అర్థం చేసుకోవడానికి మరియు వాటిని తీర్చడానికి కృషి చేయాలి.

- మీ కమ్యూనిటీకి తిరిగి ఇవ్వండి: మీ కమ్యూనిటీకి తిరిగి ఇవ్వడం ద్వారా, మీరు మీ వ్యాపారం మరియు మీరు నివసిస్తున్న ప్రాంతానికి మధ్య సానుకూల సంబంధాన్ని సృష్టించుకోవచ్చు. మీరు మీ కమ్యూనిటీలోని స్వచ్ఛంద సంస్థలకు విరాళం ఇవ్వవచ్చు, లేదా మీరు మీ స్వంత స్వచ్ఛంద కార్యక్రమాలను ప్రారంభించవచ్చు.

- సహజమైన మరియు స్థిరమైన వ్యాపార పద్ధతులను ఉపయోగించండి: సహజమైన మరియు స్థిరమైన వ్యాపార పద్ధతులను ఉపయోగించడం ద్వారా, మీరు మీ వ్యాపారం యొక్క పర్యావరణ ప్రభావాన్ని తగ్గించవచ్చు

మరియు మీరు నివసిస్తున్న ప్రపంచానికి మంచి చేయవచ్చు. మీరు మీ ఉత్పత్తులు లేదా సేవలలో పునర్వినియోగ వస్తువులను ఉపయోగించవచ్చు, లేదా మీరు మీ వ్యాపారం యొక్క ఆర్థిక ప్రభావాన్ని తగ్గించడానికి కృషి చేయవచ్చు.

ఈ కేవలం కొన్ని మార్గాలు మాత్రమే, మీ వ్యాపారంతో సానుకూల మరియు శాశ్వత వారసత్వాన్ని వదిలివేయడానికి. మీరు మీ వ్యాపారం యొక్క ప్రత్యేక లక్ష్యాలను మరియు మీరు మీ కస్టమర్లు మరియు సమాజంతో ఎలా సంబంధం కలిగి ఉన్నారో బట్టి ఈ జాబితాను అనుకూలీకరించవచ్చు.

www.ingramcontent.com/pod-product-compliance
Lightning Source LLC
LaVergne TN
LVHW020434080526
838202LV00055B/5186